ചുവന്ന മുഖങ്ങൾ

ചുവന്ന കഥകൾ

ഷിനോയ്

Made with ♥ on the Notion Press Platform
www.notionpress.com

ഉള്ളടക്കം

മുഖവുര

ചുറ്റും നീലിമ, ഒരു സമുദ്രത്തിനു ഉള്ളിൽ അകപ്പെട്ട പോലെ എങ്ങും ഒരു ആകാശ വർണ്ണം. വല്ലാത്തൊരു മൗനമാണ് ചുറ്റും, അത് എന്റെ ചെവിയിൽ തുളച്ച് കയറുന്നു പോരാതെ ഈ നീല നിറം എന്നെ വല്ലാതെ ഇറുക്കുന്നു, മടുപ്പിക്കുന്നു, അസ്വസ്ഥനാക്കുന്നു. എനിക്ക് ചുറ്റും പല മുഖങ്ങൾ നീന്തിപ്പോവുന്നു, പല വർണ്ണങ്ങളിൽ അത് എന്റെ മുന്നിൽ ഒഴുകി നടക്കുന്നു. എങ്കിലും അനന്തമായ ഈ കടലിൽ എന്നെ തേടി വരുന്നത് ചില ചുവന്ന മുഖങ്ങളാണ്, പലതരം വികാരങ്ങളുടെ അവസ്ഥകളുടെ ഭീകരത പേറുന്ന മുഖങ്ങൾ, സന്തോഷത്താൽ ദുഃഖത്താൽ തുടുത്ത മുഖങ്ങൾ അങ്ങനെ ഒരുപാട് ചുവന്ന മുഖങ്ങൾ. എന്നെ നോക്കി പായുന്ന ഇവർ ചുറ്റുമുള്ള ഈ ആകാശനീലിമയെ കടുപ്പിക്കുന്നു. എന്റെ പേന തുമ്പിൽ, ഈ നീല നിറത്തിൽ ഈ ചുവന്ന മുഖങ്ങൾ കൂടുതൽ തിളങ്ങട്ടെ.. കൂടുതൽ ജ്വലിക്കട്ടെ..

കടപ്പാട്

ഒരു കഥയെഴുതാൻ പറ്റും എന്ന് എനിക്ക് ഒരിക്കലും തോന്നിയിട്ടില്ല, അങ്ങനെയുള്ള ഞാൻ എഴുതാൻ ആരംഭിക്കുന്നത് എന്റെ ഡിഗ്രി പഠനകാലത്താണ് അന്ന് എന്റെ കഥകൾ വായിച്ച എല്ലാവരെയും ഞാൻ നന്ദിയോടെ ഓർക്കുന്നു. തമാശയ്ക്ക് ആണെങ്കിലും അന്നത്തെ ആ എഴുത്താണ് കഥകൾ ചിന്തിക്കാനും അത് അക്ഷരങ്ങളാക്കി മാറ്റാനും എന്നെ പഠിപ്പിച്ചത്. എന്റെ കഥകളെ അനുമോദിക്കുകയും പ്രോത്സാഹിപ്പിക്കുകയും ചെയ്ത കുറെ പേരുണ്ട്- അർജുൻ, സിജോ ചേട്ടൻ, നിഖിൽ, അഞ്ചു.. ഇനിയും പലരുമുണ്ട്, ഇവരുടെ നിരൂപണങ്ങൾ എന്റെ കഥ എഴുത്തിനെ ഒരുപാട് മെച്ചപ്പെടുത്തിയതായി തോന്നിയിട്ടുണ്ട്. അശ്വതി, ഈ ആളാണ് എന്റെ കഥകൾ മറ്റുള്ളർ വായിക്കാൻ ഉതകുന്നതാണ് എന്നും ഇത് എന്നെങ്കിലും പ്രസിദ്ധികരിക്കണമെന്നും നിർബന്ധിച്ചിരുന്നത് ആ വിശ്വാസത്തിനും പിന്തുണക്കും എന്റെ കടപ്പാട് അറിയിക്കുന്നു. എന്റെ ഏറ്റവും പ്രീയപ്പെട്ട ഭാര്യ മെറിനും അപ്പച്ചനും അമ്മയ്ക്കും നന്ദി പറയുന്നു അവരുടെ താങ്ങില്ലാതെ ഈ പുസ്തകം പുറത്തു വരുമായിരുന്നില്ല. പിന്നെ പറയണ്ടല്ലോ, വായിക്കാനായി ഈ പുസ്തകം തുറക്കുന്ന എന്റെ പ്രീയ സുഹൃത്തെ നിങ്ങൾക്കും നന്ദി.

1

ചെറു ദൂരം

നിഥിൻ മുടി ചീകുന്നതിനിടയിൽ കണ്ണാടിയിലൂടെ ക്ലോക്കിൽ നോക്കി, സമയം കുറച്ചു വൈകി. അവൻ പെട്ടെന്ന് ഷർട്ട് ഇട്ടു പുറത്തേക്ക് ഓടി. വൈകി വന്നാൽ മീരയുടെ മുഖം വാടിയിട്ടുണ്ടാവും,

"എന്താ നിഥി ഇതു..? കഷ്ടം ഉണ്ട് കേട്ടോ, എനിക്ക് സമയം കുറവാണെന്ന് നിനക്ക് അറിയില്ലേ?" കാണുപ്പോൾ തന്നെ വാച്ച് നോക്കി ഇത്രയും പറഞ്ഞു അവൾ നടക്കാൻ തുടങ്ങും. ഹോസ്പിറ്റലിൽ വച്ച് അധികം സംസാരിക്കാൻ പറ്റില്ല, ആകെക്കൂടി കിട്ടുന്ന സമയം ആണ്. കേരളം അല്ലെങ്കിലും നാട്ടിൽ നിന്നുള്ളവരാണ് കൂടുതലും, ചുമ്മാ ഒന്ന് കണ്ടാൽ മതി എന്തൊക്കെ പറഞ്ഞു ഉണ്ടാക്കും എന്ന് ചിന്തിക്കാൻ കൂടി പറ്റില്ല. നിഥിൻ ബൈക്ക് സ്റ്റാർട്ട് ചെയ്ത് വേഗം ഗേറ്റ് കടന്നു, പറ്റാവുന്ന വേഗത്തിൽ ഓടിച്ചു.

ബസ് സ്റ്റോപ്പ് എത്തിയിട്ടും ഡ്യൂട്ടിയുടെ ടെൻഷനും തളർച്ചയും മാറാതെ മീര ബസ്സിന്റെ കമ്പിയിൽ തല വച്ചിരുന്നു. സ്ഥലം എത്തിയെന്ന് മനസ്സിലയാപ്പോൾ പെട്ടെന്ന് ചാടി എഴുന്നേറ്റു ബസ്സിൽ നിന്ന് ഇറങ്ങി അവൾ. ജനുവരിയിൽ ഹെഡ് നേഴ്സ് വേറെ ഹോസ്പിറ്റലിലെക്ക് മാറും അതിനു മുന്പ് ഷിഫ്റ്റ് ഇടുന്നതൊക്കെ പഠിക്കണം, പ്രമോഷൻ എന്ന്

എല്ലാരും പറയുന്നുണ്ടെങ്കിലും ഇത് അതല്ല, ശമ്പളം കൂട്ടില്ല. ഹെഡ് നേഴ്സ് പോയി ഒന്നോ രണ്ടോ മാസം കഴിയുപ്പോൾ എന്തെങ്കിലും ഉണ്ടാവും എന്നാണ് രശ്മി പറഞ്ഞത്. എന്തൊക്കെയോ ആലോചിച്ചു നടക്കുന്നിതിനിടയിൽ കടയിൽ കയറാൻ മറന്നു എന്ന് അവൾ ഓർത്തു. മുൻപിൽ നോക്കുപ്പോൾ നിഥിൻ ബൈക്കിൽ ചാരി അവളെയും നോക്കി നിൽപുണ്ട്.

"ഇന്നെന്താ ബസ് മിസ്സ് ആയോ?" ബൈക്കിൽ നിന്ന് എഴുന്നേറ്റ് നിഥിൻ അവളുടെ അടുത്തേക്ക് നടന്നു. അവളുടെ മുഖം വാടിയിരിക്കുന്നത് കണ്ടു അവൻ വേറെ എന്തോ ചോദിക്കാൻ വന്നു പിന്നെ വേണ്ട എന്ന് വച്ചു.

"ജിൻസി സിസ്റ്റർ പോകുന്നത് കൊണ്ട് വലിയ കഷ്ടവാ, റോട്ട ഫുൾ ഞാൻ ഇട്ടു കൊണ്ട് ചെല്ലാൻ പറഞ്ഞു ഇന്നലെ, ഇന്നലെ രാത്രിയാണെങ്ങിൽ... " അവൾ നിർത്തി.

"ഇന്ന് ഡ്യൂട്ടി കഴിഞ്ഞ് മുഴുവൻ മാറ്റി ശരിയാക്കിയാണ് ഇറങ്ങിയേ, അതാ വൈകിയത്. കുറെ നേരയോ നീ നിൽക്കാൻ തുടങ്ങിയിട്ട്..??" അവൾ അവന്റെ അടുത്തേക്ക് നിന്നു.

"ഇല്ല.. ഇന്നു ചുമ്മാ ഒരു ഓഫ് ആയി പോയി, ഒന്നും ചെയ്തില്ല. ഇന്നലെ ലോങ് ഡേ ആയതിന്റെ ക്ഷീണം ഉറങ്ങി തീർത്തു അത്ര തന്നെ.." ഇതു പറഞ്ഞു അവൻ അവളുടെ കൈ പിടിച്ചു നടക്കാൻ തുടങ്ങി.

"നമ്മുടെ നാട്ടിൽ ആയിരുന്നെങ്ങിൽ ഒരു ഓഫ് ദിവസം കിട്ടിയാൽ എന്തൊക്കെ ചെയ്യാം... ഇവിടെ ഒന്നും ഇല്ല. മടുത്തു" നിഥിൻ പറഞ്ഞു.

"ഓാ.. നിനക്ക് സമാധാനത്തോടെ ഉറങ്ങുവെങ്ങിലും ചെയ്യാല്ലോ.. എനിക്ക് അറിയില്ല എല്ലാം കൂടി വട്ടാവുന്നുണ്ട്" അവൾ അവന്റെ കൈ അമർത്തി.

"റോട്ട ഇടാൻ ഞാൻ ഹെൽപ്പ് ചെയ്യാം, നീ ഡീറ്റയിൽസ് താ.. എങ്ങനെയാ ചെയ്യുന്നത് എന്ന് പറഞ്ഞു തന്നാൽ മതി"

"വേണ്ട ഞാൻ അത് ജിൻസി സിസ്റ്ററോട് ചോദിച്ചു ശരിയാക്കി, നീ വേറെ എന്തെങ്കിലും പറ എനിക്ക് സമയം കുറവ.. ആഹ് പിന്നെ എനിക്ക് ഒന്ന് കടയിൽ കയറണം" അവൾ അവന്റെ കൈ പിടിച്ചു താഴേക്ക് വലിച്ചു പിന്നെ ചിരിച്ച് കൊണ്ട് നടന്നു.

ഡിസംബർ മാസം ആയതു കൊണ്ട് വെളിയിൽ പെട്ടെന്ന് ഇരുട്ടി, ഇന്ന് നേരത്തെ പുറത്തെ ലൈറ്റ് ഓൺ ആക്കാൻ മുതലാളി പറഞ്ഞു. മഹേഷ് ലൈറ്റ് ഓൺ ആക്കി ഒപ്പം ചുമ്മാ പുറത്തേക്ക് ഒന്ന് എത്തി നോക്കി. സാധാരണ ഈ സമയം അവർ കടയുടെ മുമ്പിലൂടെ പോയിരിക്കും. ഇണ കിളികളെ പോലെ പോകുന്ന അവരെ മഹേഷ് എന്നും ഒരു അസൂയയോടെയാണ് നോക്കിയിരുന്നത്. തനിക്കും ഇങ്ങനെ ഒരു കാമുകിയോ ഭാര്യയോ വേണം എന്ന് അവൻ ആഗ്രഹിക്കുമായിരുന്നു. പക്ഷെ ഭാര്യ എന്നൊക്കെ പറഞ്ഞാൽ.. ഇപ്പം പ്രായമായിട്ടില്ലലോ, അപ്പോൾ കാമുകിയെ മതി. പേരറിയില്ലെങ്കിലും ആ പെണ്ണിനെ കാണുന്നത് അവനു ഇഷ്ടമായിരുന്നു. അവൾ എപ്പോൾ കടയിൽ വന്നാലും ചിരിക്കും സുഖവിവരം അന്വേഷിക്കും പിന്നെ കൂടെയുള്ള കൂട്ടുകാരന്റെ അടുത്ത് അവരുടെ ഭാഷയിൽ എന്തൊക്കെയോ പറഞ്ഞു ചിരിക്കും. അയാളും ഒരു നല്ലവൻ ആണെന്നാണ് തോന്നുന്നത്, ഒരിക്കൽ കടയുടെ പുറത്ത് വച്ച് കണ്ടപ്പോൾ അയാൾ കൈ പൊക്കി കാണിച്ചു സുഖമല്ലേ എന്ന് ചോദിച്ചു.

സാധാരണ ഇവിടുത്തെ ആളുകൾ ശ്രദ്ധിക്കാറെ ഇല്ല ചിലർ മാത്രം നോക്കി ചിരിക്കും, ഇതൊക്കെ കൊണ്ടാവും കടയിൽ കയറിയിട്ട് അതികം നാൾ ആയിട്ടില്ലെങ്കിലും മടുത്തു തുടങ്ങിയത്. രാവിലെ കട തുറക്കുന്നത് തൊട്ടു അടക്കുന്നത് വരെ, ജീവിതം കടയിൽ തന്നെ. തന്റെ പ്രായത്തിൽ ഉള്ളവർ

സ്കൂളിൽ നിന്ന് പോകുന്ന വഴി കടയിൽ കയറും. അവരുടെ യൂണിഫോം കാണുമ്പോൾ എന്തോ ദേഷ്യം വരും. കൂടുതൽ പേരും പുച്ഛരത്തോടെയാണ് നോക്കാറ്. പഠിക്കാൻ മോഹം ഇല്ല- കഴിവും ഇല്ല, വേറെ എന്തെങ്കിലും ചെയ്യാൻ അറിയത്തും ഇല്ല, അപ്പോൾ പിന്നെ വേറെ എന്ത് ജോലി കിട്ടാൻ ആണ്. പക്ഷെ ഈ കടയിൽ ആണെങ്കിൽ ഒന്ന് സംസാരിക്കാൻ പോലും ആരും ഇല്ല, മുതലാളി അത് ചെയ്യ് ഇതു ചെയ്യ് അല്ലെങ്കിൽ അത് ശരിയായില്ല ഇതു ശരിയായില്ല എന്ന് പറയുന്നതല്ലാതെ വേറെ ഒന്നും ഇല്ല. പക്ഷെ ഇവർ രണ്ടു പേരും കടയിൽ വന്നാൽ എപ്പോഴും സംസാരിക്കും ചിരിക്കും, മുതലാളിക്കും ഇവരെ ഇഷ്ടമാണ്. അവർ എവിടുത്തുക്കാരാണ്, എപ്പോൾ കല്ല്യാണം കഴിക്കും എന്നൊക്കെ ചോദിക്കണം എന്നവനുണ്ട് പക്ഷെ അതൊക്കെ ചോദിക്കാമോ എന്നറിയില്ല.

എന്തായാലും ഇന്ന് അവരെ കാണാൻ പറ്റും എന്ന് തോന്നുന്നില്ല. ഇന്ന് നേരത്തെ ഇറങ്ങണം മുതലാളിയിടെ കുട്ടികൾക്ക് ഭക്ഷണം കൊണ്ടുപോയി കൊടുക്കണം. മുതലാളിയുടെ ഭാര്യ മരിച്ചിട്ട് ഇപ്പോൾ നാല് മാസം കഴിഞ്ഞു കുട്ടികളെ നോക്കാൻ ഇപ്പോൾ വലുതായിട്ട് ആരും ഇല്ല. സാധാരണ മുതലാളി കടയിൽ നിന്ന് നേരത്തെ ഇറങ്ങും വീട്ടിൽ പോയി കുട്ടികളോടൊപ്പം ഇരിക്കും ഭക്ഷണം ഉണ്ടാക്കും കട പൂട്ടി താക്കോൽ കൊടുക്കാൻ പോകുമ്പോൾ തനിക്കും കുറച്ചു റൊട്ടിയും ദാലും തരും, ഇന്ന് മുതലാളി കട അടയ്ക്കാം എന്ന് പറഞ്ഞു. പുറത്തു നിന്ന് ഭക്ഷണം വാങ്ങി കൊണ്ട് വന്നിട്ടുണ്ട്. മുതലാളി കട പൂട്ടി വരുന്നത് വരെ കുട്ടികളോടൊപ്പം.. എന്തായാലും കടയിലെ ജോലിയിലും നല്ലത്. വേണേൽ അവരോടൊപ്പം എന്തെങ്ങിലും കളിക്കാം, ഓടി കളിച്ച കാലം മറന്നു. പക്ഷെ അവരോടൊപ്പം ഓടി കളിക്കാൻ പറ്റില്ല, വീടിനുള്ളിൽ ഇരുന്നു കളിക്കുന്ന

കളിപ്പാട്ടങ്ങളെ അവർക്കുള്ളൂ. ഒന്നുമില്ലെങ്കിലും കുറച്ചു നേരം ഇരിക്കാമല്ലോ.. അവൻ സന്തോഷിച്ചു.

മുതലാളി എന്ത് കൊണ്ടാണ് തന്നെ നേരത്തെ വിടുന്നത് അവനറിയാം, കടയിൽ സ്ഥിരം വരാറുള്ള ഒരു പെണ്ണിനെ കാണാൻ പോവാൻ ആണ്. കുട്ടികൾക്ക് ഒരു അമ്മയെ വേണം എന്ന് ആ പെണ്ണിനോട് പറയുന്നത് അന്ന് കേട്ടതാണ്. ആ സ്ത്രീയുടെ ഭർത്താവ് മരിച്ചതാണ്, എങ്കിലും ആ പെണ്ണിന്റെ അടുത്ത് മുതലാളി പോകുന്നത് എന്തോ മഹേഷിനു ഇഷ്ടപെട്ടില്ല.

മഹേഷ് ഇറങ്ങാൻ തുടങ്ങിയതും മീരയും നിധിനും കടയിലേക്ക് കയറി, അവരെ കണ്ട സന്തോഷത്തിൽ മഹേഷ് വേഗം സാധങ്ങൾ തിരിച്ചു വച്ച് കടയിൽ തന്നെ നിന്നു. അവർ അവനെ ചിരിച്ചു കാണിച്ചു വേഗം അകത്തേക്ക് കയറി. മീര വേഗം സാധനങ്ങൾ എടുത്ത് കൗണ്ടറിൽ വച്ചു, തിരിഞ്ഞു മഹേഷിനോട് സുഖമാണോ എന്ന് ചോദിച്ചു. അത് കേൾക്കാൻ കാത്തു നിന്നപൊലെ അവൻ മറുപടി പാഞ്ഞു.

"ഇവനു നിന്നെ ചെറിയ നോട്ടം ഉണ്ടെന്നു തോന്നുന്നു, അവന്റെ ചിരി കണ്ടോ" നിധിൻ മീരയോട് പറഞ്ഞു അത് കേട്ട് അവൾ ചിരിച്ചു.

"അല്ലേട കള്ളാ..??" നിധിൻ ചിരിച്ചുകൊണ്ട് മഹേഷിന്റെ തോളിൽ തട്ടി ചോദിച്ചു. നിധിൻ പറഞ്ഞത് എന്താണ് എന്ന് പോലും മഹേഷിനു മനസ്സിലായില്ല, അവൻ ചിരിച്ചു കൊണ്ട് തലയാട്ടി.

"കണ്ടോ..?" നിധിൻ മീരയെ നോക്കി ചിരിച്ചു

"അയ്യോ ആ പാവത്തിനെ വെറുതെ വിടു ചെറുക്ക.." മീര നിധിനെ ഒന്ന് നുള്ളി.

അവർ പരസ്പരം പറയുന്നത് എന്താണ് എന്ന് മനസിലായില്ല എങ്കിലും അവരുടെ ഇടയിലെ ഇങ്ങനെയുള്ള ചെറിയ ചെറിയ കാര്യങ്ങൾ മഹേഷിനു ഇഷ്ടമായിരുന്നു.

അവർ പരസ്പരം നോക്കുന്നതും, ചിരിക്കുന്നതും, ചെറിയ നോട്ടത്തിലൂടെ സംസാരിക്കുന്നതും ഇത് പോലെ നുള്ളുന്നതും എല്ലാം മഹേഷ് നോക്കി നിൽക്കുമായിരുന്നു. തനിക്കും ഇങ്ങനെ ഒരാൾ വരും അല്ലെങ്കിൽ ഉണ്ടാവണം എന്ന ചിന്തയിൽ.

"നിങ്ങൾ എപ്പോഴാ കല്ല്യാണം കഴിക്കുന്നത്, ഞങ്ങൾക്ക് അതിനുള്ള ചിലവ് തരില്ലേ..?" മുതലാളി കൗണ്ടറിൽ ഇരുന്നു ചിരിച്ചു കൊണ്ട് ചോദിച്ചു.

"ഉറപ്പായും, ചെറിയ ചില പ്രശ്നങ്ങൾ.. അത് ശരിയായാൽ നിങ്ങൾക്കുള്ള ട്രീറ്റ് ആണ്" നിധിൻ ചിരിച്ചു അവളെ നോക്കി.

"പരമ കാരുണ്യവാനായ അല്ലാഹു നിങ്ങളുടെ പ്രശ്നങ്ങൾ എല്ലാം മാറ്റട്ടെ" മുതലാളി പറഞ്ഞു. മുതലാളിക്ക് നന്ദിയും മഹേഷിനോട് വിടയും പറഞ്ഞു അവർ രണ്ടുപേരും സാധങ്ങൾ എടുത്തുകൊണ്ടു പുറത്തേക്കു നടന്നു. അവർ ഇറങ്ങിയതും മുതലാളി മഹേഷിനു വീടിന്റെ താക്കോൽ കൊടുത്തു എന്തൊക്കെ ചെയ്യണം എന്ന് ഒന്ന് കൂടി പറഞ്ഞു കൊടുത്തു.

മുതലാളി പറയുന്നത് പാതി കേട്ട് പാതി കേൾക്കാതെ മഹേഷ് ഇറങ്ങി ഓടി. കടയുടെ മുമ്പിലെ വളവു കഴിഞ്ഞു കുറച്ചു മുന്നോട്ടു നടന്നപ്പോൾ നിധിനും മീരയും അവന്റെ കുറച്ചു മുന്നിലായി പോകുന്നത് അവൻ കണ്ടു. കല്ലുകൾ പാകിയ വഴിയിൽ, വഴിവിളക്കിന്റെ അരണ്ട വെളിച്ചത്തിൽ മീര നിധിന്റെ കൈ പിടിച്ചു തോളിൽ ചാരിയാണ് നടന്നത്. ഒരു വളവെത്തിയപ്പോൾ അവർ നിന്നു, മഹേഷ് കുറച്ച് മാറി അവർ ചെയ്യുന്നത് എന്താണ് എന്ന് നോക്കി നിന്നു. കരയുന്ന മീരയുടെ കണ്ണുനീർ തുടച്ചു നിധിൻ അവളെ ഉമ്മവെക്കുന്നത് അവൻ കണ്ടു. പിന്നെ ഒന്ന് കെട്ടി പിടിച്ചു അവർ ചുണ്ടുകൾ ഒന്നുകൂടി ചേർത്ത്, രണ്ടു പേരും രണ്ടു വഴിക്ക് പിരിഞ്ഞു. അവരുടെ സ്നേഹം കണ്ടു അവരെ എത്രയും വേഗം

ഒന്നിപ്പിക്കണേ എന്ന് മഹേഷ് പ്രാർത്ഥിച്ചു. തനിക്കും എങ്ങനെ ഒരു പെണ്ണ് ജീവിതത്തിൽ വന്നാൽ ഇത് പോലെ പ്രശ്നങ്ങൾ ഉണ്ടാകാതിരിക്കാൻ ആണോ അവൻ അവർക്ക് വേണ്ടി പ്രാർത്ഥിച്ചത് എന്നറിയില്ല.

മീര നടന്നതിനു പിന്നാലെ മഹേഷും നടന്നു. കുറച്ച് ദൂരം ചെന്നപ്പോൾ വഴിയരികിൽ രണ്ടുനില കെട്ടിടങ്ങളാൽ തിങ്ങപ്പെട്ട ഒരു സ്ഥലത്തു മീരയെത്തി. താഴെ കടമുറിയുള്ള ഒരു കെട്ടിടത്തിന്റെ ഒരു വശത്തുള്ള പടികളിലൂടെ അവൾ മുകളിലേക്കു കയറി. പിന്നാലെ നടന്ന മഹേഷ് കുറച്ചു മാറി ഒരു പോസ്റ്റിന്റെ അടുത്ത് നിന്നു, തന്റെ പഴയ വള്ളിച്ചെരുപ്പ് എടുത്തു കൈയിൽ പിടിച്ചു കുറച്ചു എങ്ങി നോക്കി. ആരെങ്കിലും ശ്രദ്ധിച്ചാൽ ചെരുപ്പിന്റെ വള്ളി ഇടുന്നതായി കാണിക്കാം എന്നതാണ് പദ്ധതി. മുകളിലെ പല വാതിലുകളിൽ ഒന്നായിരിക്കും അവളുടെ എന്നോർത്തു.

മുകളിൽ എത്തിയ മീര നടക്കുന്നത് ആൾ മറയായി വച്ച കമ്പികൾക്ക് ഇടയിലൂടെ അവനു കാണാം. നടക്കുന്നതിനൊപ്പം അവൾ കുനിഞ്ഞു രണ്ടു കൈയും നീട്ടി ചിരിച്ചു കൊണ്ട് ആരയോ വിളിച്ചു, വരാന്തയിൽ ഇരുന്ന ഒരു കുട്ടി ഓടി വന്നു അവളെ കെട്ടി പിടിച്ചു. അവൾ ആ കുട്ടിയെ എടുത്തു ഉമ്മ വച്ചു, പിന്നെ താഴെ നിർത്തി, കുട്ടിക്ക് പിന്നാലെ ഒരു വെള്ള ഇന്നർ ബനിയനും മുണ്ടും ഉടുത്ത ഒരാൾ അവളുടെ അടുത്തേക്ക് വന്നു. ജോലി ചെയ്തു മടുത്തതിന്റെ ക്ഷീണം കാരണം അവൾ തോളിലെ ബാഗും കടയിൽ നിന്ന് വാങ്ങിയ സാധനങ്ങളും താഴെ വച്ച് ഒന്ന് കൂനി നിന്നു അയാളോട് എന്തൊക്കെയോ പറയുന്നുണ്ട്. അവളുടെ അടുത്തു വന്ന ആൾ അവളുടെ ബാഗും താഴെ നിന്ന് സാധനങ്ങളും എടുത്തു അവളുടെ തോളിലൂടെ കൈ ഇട്ടു മുറിയിലേക്ക് നടന്നു, മീര ഒരു കൈയിൽ കുഞ്ഞിനേയും പിടിച്ചു. മുറിയിലേക്ക് കയറുന്നതിനു മുമ്പ് കുട്ടി കാണാതെ

അയാൾ അവളുടെ കവിളിൽ ഉമ്മ വച്ചു.

ചെരിപ്പ് താഴെ ഇട്ടു മഹേഷ്, അവന്റെ ചുവന്ന മുഖം താഴ്ത്തി രണ്ടു നിമിഷം നിന്നു, കണ്ടത് എന്താണ് എന്ന് ഒന്ന് കൂടി ആലോജിച്ചു, അത് മുഴുവൻ ഗ്രഹിക്കാനാവാത്ത പോലെ നടന്നു. ശീതകാലം കോരിയിട്ട തണുപ്പിലും ഇരുട്ടിലും കടയുടെ ലൈറ്റ് പലതവണ തെളിഞ്ഞിടുണ്ട് പിന്നീട് എങ്കിലും ആരും ആരെയും പ്രതീക്ഷിച്ച് പുറത്തേക്ക് നോക്കിയില്ല.

2
തൃപ്തി

പുറത്തേക്ക് ഇറങ്ങുപ്പോൾ വാലറ്റ് ഒന്നു നോക്കി, പ്രത്യകിച്ചു ഒന്നും തന്നെ അതിൽ ഇല്ല. പ്രതാപ കാലത്തിന്റെ രക്തസാക്ഷിയായ ആ ലതർ വാലറ്റ് ഇപ്പോഴും കീറിയിട്ടില്ല, രക്തക്കറ പോലെ പാടുകൾ മാത്രം പിന്നെ കുറച്ചു ചില്ലറകളും. പറഞ്ഞാൽ ആരും വിശ്വസിക്കാത്ത ഒരു ജീവിതം ആണ് എന്റെ എന്ന് തോന്നി, അത് പിന്നെ എല്ലാവർക്കും സ്വന്തം ജീവിതത്തെ കുറിച്ച് തോന്നുമല്ലോ അല്ലെ? നാട്ടിൽ ഉള്ളവർക്ക് ലണ്ടനിൽ സുഖമായി ജീവിക്കുന്ന ഒരാൾ, പക്ഷെ ഇപ്പോൾ കൂട്ടുകാരനോട് പണം കടം വാങ്ങി കടയിൽ പോകുന്നു. വാലറ്റ് ഒന്നുകൂടി നോക്കി ഉള്ളിൽ ഒരു പഴയ ബിൽ, പണ്ടു എപ്പോഴോ എടുത്തു വച്ചതാണ് അതു ചുരുട്ടി ദൂരേക്കെറിഞ്ഞു. ചുരുളുകൾ കുറച്ചു നിവർന്ന പേപ്പർ കഷ്ണം പൊടുന്നനെ കിട്ടിയ ആ സ്വാതന്ത്രയത്തിന്റെ ആഹ്ലാദത്തിൽ കാറ്റിനോട് സല്ലഭിച്ചു അതിനൊപ്പം പറന്നു. പണ്ടും എനിക്ക് ഈ കാറ്റ് ഇഷ്ട്ടമല്ലായിരുന്നു. തണുപ്പിനോട് മല്ലടിക്കുന്ന മഞ്ഞുകാലത്ത് ഒരുപാടു വിഷമിപ്പിച്ചുണ്ട് ഈ കാറ്റ്.

"പിഴച്ച കാറ്റ്" ഇപ്പോൾ തണുപ്പ് കാലം അല്ലെങ്കിലും വിളിച്ചു.

ഞാൻ കാറ്റിനെ തന്നെ ആണോ അങ്ങനെ വിളിച്ചത് എന്ന് അറിയില്ല. വെറുപ്പിച്ച ഈ കാറ്റിനെ പക്ഷെ ഞാൻ ഇഷ്ടപ്പെട്ട ഒരു കാലം ഉണ്ടായിരുന്നു. അതെ, അവൾ എന്റെ ജീവിതത്തിൽ വന്നപ്പോൾ.. ഈ കാറ്റിൽ അവൾ എന്നോട് ചേർന്നു നിന്നപ്പോൾ. ഇപ്പോൾ കാറ്റ് എന്നെ സ്പർശിക്കറില്ല അതു മറ്റാരുടേയോ കൈയിൽ തഴുകിയും തലോടിയും മാറോടു ചേർന്നും ഒഴുകുന്നുണ്ടാകും.

കടയിൽ എത്താൻ ഇനിയും കുറച്ചു നടക്കണം. നാട്ടിൽ വീടിന്റെ മുറ്റത്തുള്ള രമേശൻ ചേട്ടന്റെ കട ഓർത്തു, അതു എത്ര അടുത്തായിരുന്നു! ഒരു കൊല്ലം മുമ്പ് കാറിൽ പോയിരുന്നപ്പോൾ അസ്ലം ഭായിയുടെ കട അടുത്തായി തന്നെയാണ് തോന്നിയിരുന്നത്. ഇപ്പോൾ എന്റെ പാതി തേഞ്ഞ ചെരുപ്പിൽ നടക്കുത്തോറും വഴി പിന്നോട്ടു പോകുന്ന പോലെ, കടയിലേക്ക് ഒരു ജീവിതകാലം മുഴുവൻ നടക്കാൻ ഉള്ള ദൂരം! ചിലപ്പോൾ ഇപ്പോഴത്തെ ഈ അവസ്ഥ ആയതുക്കൊണ്ടയിരിക്കും. എന്നും വഴിയിൽ കാണാറുള്ള പിച്ചകാരൻ എന്നെ നോക്കി ചിരിച്ചു. ഈ നാട്ടിൽ പിച്ച എടുക്കുന്നത് രാജകുടുംബം അനുവദിച്ചിട്ടില്ല, എങ്കിലും ഇയാൾ എന്നും എവിടെ ഉണ്ടാവും. ഒരു കാപ്പി കടയുടെ ചുവന്ന കപ്പ് നീട്ടി പിടിച്ച് എന്നെ നോക്കി ചിരിക്കും. അയാളുടെ നരച്ച മീശയുടെ ഇടയിൽ കറ പറ്റിയ പല്ലുകൾ, അവൾക്ക് അത് കാണുന്നത് തന്നെ അറപ്പായിരുന്നു. എനിക്കും എന്തോ ഒരു വെറുപ്പ് തോന്നി, അയാളുടെ വായിലും വിയർപ്പിലും അലിഞ്ഞു അയാളെ വലയം പ്രാപിച്ചിട്ടുള്ള എന്നും കുടിക്കുന്ന ബീറിന്റെ നാറ്റം. കൂടെ വെള്ളം തോട്ടിടില്ലാത്ത അയാളുടെ വസ്ത്രവും, അയാളും.. ഓഹ് നാറുന്നു. അന്നന്ന് കിട്ടുന്ന കശ് അപ്പോൾ തന്നെ കുടിച്ചു തീർക്കും. വൃത്തികെട്ട മനുഷ്യൻ, ഒരു അർത്ഥം ഇല്ലാത്ത ജീവിതം. ഞാൻ വീണ്ടും നടന്നു, അസ്ലം ഭായി കടയുടെ

പുറത്തു പഴങ്ങളും പച്ചക്കറിയും എടുത്തു വെക്കുന്നു, എന്നെ കണ്ടതും സന്തോഷത്തോടെ കൈ പൊക്കി ഉർദുവിൽ സുഖ വിവരം അന്വേഷിച്ചു. ഒരു ഇന്ത്യൻ-പാകിസ്താനി ബന്ധം, അതിർത്തികളും യുദ്ധവും ഇല്ലാതെ പോകുന്നു മനുഷ്യനും-മനുഷ്യനും തമ്മിലുള്ള ബന്ധം! ആഹ് എത്ര സുന്ദരമി ഭൂമി.. അസ്ലം ഭായ് സ്വന്തം രാജ്യത്തെ കുറ്റം പറയും ഞാനും അതിനോട് ചേർത്തു പറയാനുള്ള കഥകൾ ഉണ്ടാക്കി ഇന്ത്യയെ കുറിച്ച് പറയും. എത്ര വിചിത്രമായ ജീവിതം എത്ര വിചിത്രമായ മനുഷ്യർ. നല്ലൊരു ജീവിതം ഉണ്ടാക്കാനാണ് ജോബി ഇവിടെ വന്നത്, എന്നാണ് അവൻ പറയുന്നത് പക്ഷെ അവൻ ഒരിടത്ത് ജോലി ചെയ്യുന്നു ഭാര്യ വേറൊരിടത്ത്. എന്നിട്ട് കാതങ്ങൾ താണ്ടി ആഴ്ച്ചയിൽ ഒരിക്കൽ മാത്രം അവർ പരസ്പരം കാണുന്നു. രണ്ടുപേർക്കും കുട്ടികൾ വേണ്ട-പേടിയാണ്, നോക്കാൻ ആരെങ്കിലും വേണ്ടേ. "നല്ല ജീവിതം", കേൾക്കാൻ ഈണമുള്ള പാട്ടുപോലെ.

കടയിൽ കയറിയ ഞാൻ നേരെ പോയി അവിടെയുള്ള കാപ്പി മെഷീനിൽ നിന്ന് ഒരു കാപ്പി എടുത്തു, രാവിലെ ഒന്നും കഴിച്ചില്ലല്ലോ അപ്പോൾ കാപ്പിയിൽ നിന്ന് തുടങ്ങാം. എന്തോ ഓർത്തു ഒരു പുഞ്ചിരിയോടെ ഞാൻ സാധനങ്ങൾ നോക്കാൻ തുടങ്ങി. ഉച്ചക്കയ്ക്കും രാത്രിയിലും കഴിക്കാൻ എന്തെങ്കിലും വാങ്ങണം. കുറച്ചു നാളായി രാത്രി ഒന്നും കഴിക്കാറില്ല, പകരം നന്നായി കുടിക്കും. "ഇതു അവസാനമായിട്ടാണ്" എന്ന് പറഞ്ഞാണ് ജോബി കാശു തന്നത്. അവന്റെ ഭാര്യ കൂടെ താമസം ഇല്ലാത്തത് കൊണ്ട് എത്ര നാൾ അവന്റെ കൂടെ ഇങ്ങനെ ഇത്തിൾക്കണ്ണിയായി ജീവിക്കും? ഒരു പിടിയുമില്ല. സാധനങ്ങൾ നോക്കുന്നതിനിടയിൽ അസ്ലം ഭായ് എന്നെ നോക്കി- കണ്ണുകൊണ്ട് എന്തോ പറഞ്ഞു. കടയിൽ വേറെ ആളുകൾ ഉള്ളതുകൊണ്ട് അയാൾ ഒന്നും ശബ്ദത്തിൽ പറഞ്ഞില്ല. കസ്റ്റമർ പോയപ്പോൾ ഭായ് സന്തോഷത്തോടെ

എന്നെ നോക്കി ചിരിച്ചു, എന്നിട്ട് പുതിയ സാധനം വന്നിടുണ്ട് എന്ന് പറഞ്ഞു. അടുത്ത ആളു വരുന്നതിനു മുമ്പ് തന്നെ ഭായി ഒരു ചെറിയ പൊതി എന്റെ കൈയിൽ തിരുകി. പൊതി വാങ്ങാൻ ആണേൽ ഇനി കൂടെ താമസിക്കാൻ വരണ്ട എന്ന് ജോബി പറഞ്ഞത് ഓർത്തു.

ഒരു കൊല്ലം കൊണ്ട് എങ്ങനെയാണ് ജീവിതം മാറിയത്! അവൾ പോയി, കൂടെ ജീവിതവും. ഞാൻ കൈയിലേക്ക് നോക്കി- തിരിച്ച് ജീവിതത്തിലേക്കും, എന്തോ ഇനി ജീവിതത്തിൽ നഷ്ടപ്പെടാൻ ഒന്നുമില്ലാത്ത പോലെ.. കഴിക്കാൻ എടുത്ത സാധനങ്ങൾ അവിടെ വച്ച് ഞാൻ ഉണ്ടിരുന്ന കശ് ഭായിക്ക് കൊടുത്തു. ഭായ് ഒരു പാക്കറ്റ് സിഗരറ്റും ഒരു നാണയവും തിരിച്ചു തന്നു. പുറത്ത് ഇറങ്ങി നടന്നപ്പോൾ മനസ്സിൽ ജോബി ഉണ്ടായിരുന്നില്ല, ജീവിതവും ജീവനു തുല്യം സ്നേഹിച്ച പെണ്ണും ഇല്ലായിരുന്നു. സിഗരറ്റിൽ നിന്നു പുകയില കളഞ്ഞു പൊതിയിൽ നിന്നു കുറച്ചു എടുത്ത് അതിൽ തിരുകി കത്തിച്ചു. ഒരു പിഴച്ച ശ്വാസം എന്റെ ഉള്ളിൽ എത്തി എന്നിൽ കലർന്നു. ഈ കാറ്റ് എന്റെ തോലിൽ തൊട്ടു തലോടി മറ്റെങ്ങോ പോകുന്ന കാറ്റല്ല, എന്നിൽ അലിഞ്ഞ് എന്നോടൊപ്പം നിറയിന്ന ജീവശ്വാസമാണ് എന്ന് എന്നോട് തന്നെ ആവർത്തിച്ചുക്കൊണ്ടിരുന്നു. കാപ്പി കുടിച്ച് കുറച്ചു കൂടി നടന്നപ്പോൾ ആ പിച്ചക്കാരൻ എന്നെ നോക്കി ചിരിച്ചു. ഇപ്പോൾ ഞാൻ കണ്ടത് അയാളുടെ നരയും അഴുക്കും നിറഞ്ഞു മുഖതെ മറച്ച രോമാങ്ങങ്ങളോ ചിരിക്കുമ്പോൾ കാണുന്ന വൃത്തികെട്ട പല്ലുകളൊ അല്ല, മറിച്ചു അയാളുടെ നീല തിളങ്ങുന്ന കണ്ണുകളാണ്, അതിൽ.. അതിൽ എന്നെ തന്നെയാണ്. വൃത്തികെട്ട എന്റെ താടി രോമങ്ങൾ, കറുത്ത പുക നിറഞ്ഞ എന്റെ കണ്ണുകൾ, നിരാശയുടെ.. നാശത്തിന്റെ എന്റെ ചുവന്ന മുഖം!. ഞാൻ എന്നെ തന്നെ നോക്കി ചിരിക്കുന്നു.. കൈയിൽ ബാക്കി ഉണ്ടായിരുന്ന നാണയങ്ങൾ

കപ്പിൽ ഇട്ടു അയാളുടെ തോളിൽ തട്ടി ഞാൻ നന്നായി ഒന്ന് ചിരിച്ചു. കുറച്ചു മാറി താഴെ ഇരുന്നു ബാക്കി ഉണ്ടായിരുന്നത് ആഞ്ഞു വലിച്ചു, സത്യം പറഞ്ഞാൽ വല്ലാത്ത ഒരു തൃപ്തി.. ഞാൻ കണ്ണടച്ചു. എന്റെ ഹൃദയം സന്തോഷത്തിൽ ആർത്ത് ഉല്ലസിച്ച് തുള്ളിച്ചാടുന്നത് ഞാൻ അറിയുന്നു , ഹൃദയത്തിന്റെ ആ താളതിനിടക്ക് ഒരു നാണയം വിഴുന്ന ശബ്ദം ചെവിയിൽ മുഴങ്ങി.. ഞാൻ കണ്ണ് തുറന്നു, ഹാ എത്ര സുന്ദരമീ ഭൂമി.

3

യക്ഷികഥ

പുറത്ത് വഴിവിളക്കുകളുടെ മഞ്ഞപ്പ്, മറുനാടൻ പണിക്കാർ റോഡ് കുത്തി പൊളിക്കുന്ന ശബ്ദത്തിനൊപ്പം പിടിക്കാൻ എവിടെയോ പട്ടികൾ മത്സരിക്കുന്നു. ഇവിടെ ലോഡ്ജിലെ ഈ ചെറിയ മുറിയുടെ വിദൂര അതിർത്തികളിൽ കാറ്റെത്തിക്കാൻ അപ്പൂപ്പൻ ഫാൻ കുഴഞ്ഞു, പക്ഷെ അതിന്റെ ചുമയും ഞരക്കവും ഇന്നും എനിക്ക് കൂട്ട് തന്നു. ജനലിനരുകിലായുള്ള മേശ, പുസ്തങ്ങൾ കൊണ്ടും മാസികകൾ കൊണ്ടും അലങ്കോലമായി കിടന്നു- എന്റെ മനസുപോലെ. മുഷിഞ്ഞ ഇന്നർ ബനിയന്റെ തോൾ ഒന്ന് വലിച്ചു മുൻപോട്ടിട്ട് ഞാൻ എഴുതാൻ ഇരിന്നു. കൈലി മുണ്ടു ഒന്ന് കയറ്റി കസേരയിൽ ശരിക്ക് ഇരുന്നു കാലുകൾ നീട്ടി പേന ഒന്ന് കടിച്ചു ഞാൻ ആലോചിച്ചു. പെട്ടെന്ന് ഒരു ചെറിയ എട്ടുകാലി കുഞ്ഞ് കൈയിലൂടെ ഓടി പോയത് പോലെ.! കൈ ഒന്ന് കുടഞ്ഞു, ഇല്ല ഒരു തോന്നൽ മാത്രമാണ്. ഞാൻ എന്റെ കഷണ്ടികയറിയ തല ഒന്ന് തുടച്ച് പുസ്തകങ്ങൾ നിറഞ്ഞ മേശയിലേക്ക് നോക്കി.

ഈ എഴുതുന്നത് ആർക്കും വായിക്കാനോ പ്രസിദ്ധികരിക്കാനോ അല്ല, എങ്കിലും എഴുതുന്നത് എനിക്ക് ഒരു രസമായിരുന്നു. മുന്നിൽ കാണുന്ന എല്ലാവരിലും ഞാൻ

ഒരു കഥ കണ്ടു, കൂടുതലും ഒളികണ്ണുകളിലൂടെയും പരദൂഷണങ്ങളിലൂടെയും സ്വായക്തമാക്കിയ കഥ സന്ദർഭങ്ങളാണ്. അതിൽ ചിലത് എഴുതി, ചിലപ്പോൾ ഒരാളുടെ ജീവിതം മറ്റൊരാളിൽ തുന്നിപ്പിടിപിച്ചു രസിച്ചു. കഥകളിൽ പലരെയും സ്നേഹിച്ചും വെറുത്തും കൊന്നും ഭോഗിച്ചും ഞാൻ ആഹ്ലാദിച്ചു. ഓരോ കഥയ്ക്കും ഓരോ പുതിയ നൂറു പേജിന്റെ പുസ്തകം, എന്റെ മുന്നിൽ വരുന്നവരെ എല്ലാം ഞാൻ ആ ചെറിയ പുസ്തകങ്ങളിൽ കുഴിച്ചിട്ടു. ചിലരെങ്കിലും ആ പുസ്തക താളുകളിൽ നിന്ന് രക്ഷപ്പെടാൻ എന്നെ നോക്കി കെഞ്ചി പക്ഷെ അവരെയെല്ലാം കൂട്ടിലടച്ച ഒരു ദുർമന്ത്രവാദിയെ പോലെ ഞാൻ അവരെ നോക്കി ചിരിച്ചു.

അലങ്കോലമായി കിടക്കുന്ന മേശയുടെ മുകൾ ഭാഗം ഒന്ന് വൃത്തിയാക്കി. ചെറിയ ടേബിൾ ലാംപ് കത്തിച്ചു, സിഗററ്റ് അണക്കാനായി ഉപയോഗിക്കുന്ന പഴയ ഇൻസ്ട്രുമെന്റ് ബോക്സ് അതിന്റെ സ്ഥാനത്തു എടുത്തു വച്ചു. മേശമുകളിലെ മറ്റു പുസ്തകങ്ങൾ ഒതുക്കി അതിനിടയിൽ നിന്ന് എഴുതാനുള്ള പുതിയ നൂറു പേജിന്റെ പുസ്തകം എടുത്തു. ഒരു യക്ഷി കഥ എഴുതാനാണ് പുസ്തകം എടുത്തത്. ചത്ത് ചീഞ്ഞ തലേ ദിവസത്തെ ചോറും സമം നിൽക്കുന്ന വിഷക്കറിയും ഉണ്ണുപ്പോൾ മനസ്സിൽ വന്ന ഒരു മണ്ടൻ ചിന്തയാണ്. കഥയ്ക്ക് ഒരു പേരിനു വേണ്ടി ഞാൻ എന്റെ ഉള്ളു ചികണ്ഞു, ഒന്നും മനസ്സിൽ വന്നില്ല. പുസ്തകം തുറന്ന് ഞാൻ എഴുതി "യക്ഷി", പിന്നീട് എപ്പോൾ വേണമെങ്കിലും അതിനു മുന്നിലോ-പിന്നിലോ വേറെ വാക്കുകൾ ചേർക്കാൻ പാകത്തിനാണ് ഞാൻ അതെഴുതിയത്.

ഭക്ഷണം കഴിക്കുപ്പോൾ, യക്ഷിയെ കുറിച്ച് എഴുതാൻ തീരുമാനിച്ചതും എന്റെ മനസ്സിൽ പണ്ട് കണ്ടതും കേട്ടതുമായ പല യക്ഷികളും ഒരു അവസരം ചോദിച്ചു വന്നു, പക്ഷെ

ആരെയും എനിക്ക് ബോധിച്ചില്ല. അതിൽ പ്രതിഷേധിച്ച് പലരും ഞാൻ പാത്രം കഴുകുപ്പോൾ എന്റെ പിന്നിൽ വന്നു നിന്നു. ഒറ്റയ്ക്ക് താമസിക്കുന്നത് കൊണ്ടും, ഞാൻ അവരെ കണ്ടാൽ അവർ എന്റെ ചോര കുടിക്കുമോ എന്ന പേടിയുള്ളതു കൊണ്ടും ഞാൻ തിരിഞ്ഞു നോക്കിയില്ല. ചെവിയുടെ പിന്നിൽ നിന്നുള്ള പൊട്ടിച്ചിരികൾ കേൾക്കുപ്പോൾ പാട്ട് പാടിയും, പാത്രം നന്നായി ഉരച്ചു കഴുകിയും ഞാൻ സ്വന്തം ചെവിയടച്ചു.

പക്ഷെ പാത്രം കഴുകുപ്പോൾ ഒരു മുഖം മാത്രം എന്റെ മുന്നിൽ വന്നു നിന്നു. ആ വെളുത്ത വട്ട മുഖത്തലെ രണ്ടു കണ്ണുകൾ, അത് എന്നെ തന്നെയാണ് നോക്കിയത്. അവളുടെ പല്ലു കാണിച്ചുള്ള ഇളി എന്നെ ഒരേ സമയം ഭയപ്പെടുത്തുകയും ഭ്രമിപ്പിക്കുകയും ചെയ്തു, അവളുടെ തടിച്ച ചുണ്ടുകളിൽ ചോര പൊടിയുന്നു. അവളെ പറ്റി എഴുതാൻ ഞാൻ തീരുമാനിച്ചു. മുഖം മാത്രമേ ഞാൻ കണ്ടിട്ടുള്ളൂ. അവളുടെ സ്വഭാവം എന്താണ്, അവൾ എങ്ങനെ യക്ഷിയായി അതൊന്നും എനിക്കറിയില്ല. ഞാൻ എഴുതുന്ന കഥയിലെ യക്ഷി ഇതിനു മുമ്പ് കണ്ട യക്ഷികളുടെ ആവർത്തനമാകാതിരിക്കാൻ അവൾക്ക് പുതിയ രൂപവും സ്വഭാവവും നൽകാൻ തീരുമാനിച്ചു.

ഞാൻ വെള്ള സാരിയിൽ നിന്നു ആരംഭിച്ചു, അതിനു പകരം ഒരു വെള്ള തുണി മാത്രം കൊടുക്കാം എന്ന് വിചാരിച്ചു. പക്ഷെ അവൾ സമ്മതിച്ചില്ല മനുഷ്യ ഭാവനയിൽ വസ്ത്രമാകാമെങ്കിലും സത്യത്തിൽ യക്ഷിക്ക് വസ്ത്രം ഇല്ലത്രേ. അവർക്ക് ഇല്ലാത്ത ശരിരം മറക്കണം എന്നില്ല. എന്റെ തലയിലൂടെ ആ ചിന്തകൾ കടന്നു പോകുപ്പോൾ തന്നെ വിവസ്ത്രയായി അവൾ എന്റെ മേശയുടെ മുകളിൽ നിന്നു. ഞാൻ കസേരയിൽ ചാരി ഇരുന്ന് അവളെ കണ്ടാഘോഷിച്ചു. ഇപ്പോൾ അവൾക്ക് വട്ട മുഖം മാത്രമല്ല

അതിനു ചേർന്ന ഒരു ശരിരവും ഉണ്ട്, അവളുടെ നഗ്നതയുടെ ഓളങ്ങളിലൂടെ എന്റെ കണ്ണുകൾ ഒഴുകി. പെട്ടെന്ന് ഞാൻ ചാടി എഴുന്നേറ്റ് മേശക്കടുത്തുള്ള ജനാലയുടെ അരുകിൽ ചെന്ന് നോക്കി. പുറത്തു റോഡ് പണിക്കു വന്ന തമിഴന്മാർ മേശ മുകളിൽ നിൽക്കുന്ന ഇവളെ കണ്ടാലോ എന്ന് പേടിച്ചാണ്. ഇല്ല അവർ അവിടെ ഇല്ല, ഞാൻ ലോഡ്ജിനു അടുത്തുള്ള മതിലിന്റെ മൂലയിലും പോസ്റ്റിന്റെ പിന്നിലും നോക്കി അവർ ഒളിച്ചു നോക്കുന്നില്ല എന്ന് ഉറപ്പു വരുത്തി. ഞാൻ ജനൽ അടച്ചു, പെട്ടെന്ന് ജനലിൽ നിന്ന് ഒരു എട്ടുകാലി കൈയിലേക്ക് ചാടി ഓടിയത് പോലെ. വെറും തോന്നലായിരുന്നു എങ്കിലും ഞാൻ ഇല്ലാത്ത എട്ടുകാലിയെ തട്ടി കളഞ്ഞു വീണ്ടും കസേരയിൽ വന്നിരുന്നു. അവൾ എന്നെ നോക്കി കളിയാക്കുന്നത് പോലെ പല്ല് കാട്ടി ചിരിച്ചു.

"നീ ചോര കുടിക്കുമോ?" ഞാൻ ചോദിച്ചു.

അവൾ ഒന്നും മിണ്ടിയില്ല, അവൾക്ക് അങ്ങനെ രക്തത്തോട് ആഗ്രഹം ഇല്ല. നീലിയെ പോലെയോ വടയക്ഷിയെ പോലെയോ ആളുകളെ തിന്നാനും താൽപര്യം ഇല്ല. അവൾ മേശ മുകളിൽ നിന്ന് എന്നെ നോക്കിക്കൊണ്ടിരുന്നു, ഞാൻ അവളേയും. പാതി ചുരുണ്ട അവളുടെ മുടി ഒരു വെള്ളച്ചാട്ടം കണക്കെ തോളിനു മുന്നിലൂടെ ഒഴുകി കൂർത്തു നിൽക്കുന്ന മുലകളെ തൊട്ടും തലോടിയും താഴേക്ക് പതിച്ചു. അവളുടെ തടിച്ചു പരസ്പരം മുട്ടിനില്ക്കുന്ന തുടകളും അരകെട്ടും ഞാൻ എന്റെ കണ്ണുകൾ കൊണ്ട് തലോടി. താഴെ താമസിക്കുന്ന പത്മ ചേച്ചിയുടെ അരയിലെ പോലെ ഒരു വലിയ മറുക് ഇവൾക്കും കൊടുത്താലോ എന്ന് ഞാൻ ആലോചിച്ചു. ഞാൻ പേന കൊണ്ട് അവളുടെ അരയിൽ ഒരു മറുക് വരച്ചു, പക്ഷെ പേന തെളിഞ്ഞില്ല! അരയിൽ മാത്രമല്ല അവളുടെ ശരിരത്തിൽ എവിടെയും മറുകില്ല. പക്ഷെ ഞാൻ വിട്ടില്ല, എന്റെ പുസ്തകത്തിൽ അവളുടെ അരയിലെ മറുക്

വരച്ചു. പക്ഷെ അവിടെയും പേന ചതിച്ചു. വളരെ ബാലിശമായ എന്റെ ചെയ്തികൾ നോക്കി ചെറുചിരിയോടെ അവൾ ആ മേശ മുകളിൽ നിന്നു.

"നിന്നെ കൊണ്ടു വന്നത് ഞാൻ ആണെങ്കിൽ എനിക്കറിയാം നിനക്കെന്ത് വേണം എന്ത് വേണ്ട എന്നൊക്കെ" തെല്ലൊരമർഷത്തോടെ ഞാൻ അവളെ ഒന്ന് നോക്കി.

അവളുടെ ചെറു പുഞ്ചിരി മാറിയിട്ടുണ്ടിയായിരുന്നില്ല ആ ചിരിയിലെ നിശബ്ധതയുടെ അലകൾ മുറിയിൽ നിറഞ്ഞു. ശരിയാണ്, ചെവി പൊട്ടുന്ന നിശബ്ദത ഞാൻ മുകളിൽ നോക്കി ഫാൻ നിശബ്ദമായിരിക്കുന്നു. അവൾ ഒരു പടി ഇറങ്ങുന്ന ലാഘവത്തിൽ ആ മേശയിൽ നിന്ന് താഴെ ഇറങ്ങി എന്റെ അടുത്ത് നിന്നു. പൂർണ്ണചന്ദ്രനെ പോലെ വിളങ്ങുന്ന അവളുടെ മേനി പാതി മറച്ചും മറക്കാതെയും താഴെ വരെ ഒഴുകുന്ന ആ തിളങ്ങുന്ന മുടിയിൽ ഞാൻ തൊട്ടു നോക്കി. അവൾ എന്നെയും തലോടി, എന്റെ മുടികളുടെ ഇടയിലൂടെ വിരലുകൾ ഓടിച്ചു, ഞാൻ അവളുടെ ശരീരത്തിലൂടെയും.

"വരുന്നോ എന്റെ കൂടെ?" അവൾ സ്നേഹത്തോടെ ചോദിച്ചു. ഞാൻ അവളെ സൂക്ഷിച്ചു നോക്കി, എനിക്ക് മനസ്സിലാവുന്നില്ല, ഇനി ഇവൾ ശരിക്കും എന്റെ കൂടെ ഉണ്ടോ?

"ഈ.. ഇ.. ഇല്ല, എനിക്ക്.. എനിക്ക് കഥ എഴുതണം" ഞാൻ ചെറിയ പരിഭ്രമത്തോടെ പറഞ്ഞു.

"ഞാൻ.. നിന്നെ കൊണ്ടുപോകാൻ വന്നതാണ്" തേനൂറുന്ന ശബ്ദം എന്നൊക്കെ ആരോ പറഞ്ഞിട്ടുള്ളത് ഇതിനെ ആണെന്ന് തോന്നുന്നു.

"ഞാൻ നിന്നെ കഥയെഴുതാൻ വേണ്ടി ഉണ്ടാക്കിയതാണ്"

ഈ പറഞ്ഞത് അവളോടാണോ അതോ ഞാൻ എന്നെ തന്നെ ബോധിപ്പിക്കാൻ വേണ്ടി പറഞ്ഞതാണോ എന്നറിയില്ല. എന്റെ ഉള്ളിൽ പേടിയുടെ സൂര്യൻ ഉദിച്ചുച്ചിരുന്നു, ഞാൻ അവളുടെ ദേഹത്തു നിന്ന് കൈ വലിച്ചു. അവൾ കുനിഞ്ഞ്

മൃദുലമായ കൈകൊണ്ട് എന്റെ താടി ഉയർത്തി കണ്ണുകളിലേക്ക് നോക്കി. കറുപ്പിനേക്കാൾ കറുത്തതായിരുന്നു അവളുടെ കണ്ണുകൾ, അത് ഒന്നിനെയും പ്രതിഫലിപ്പിച്ചില്ല. ആ കണ്ണുകളിൽ തിളക്കമില്ല, അത് അതിഗാഢവും ആഴമുള്ളതുമായിരുന്നു, പല ആയിരം വർഷങ്ങളായി നേടിയ പൈശാചികത അതിൽ ഒളിഞ്ഞു കിടക്കുന്ന പോലെ. ഭയത്താൽ എന്റെ മുഖം ചുവന്നു, അതിന്റെ തീവ്രതയിൽ എന്റെ ചുണ്ടുകൾ വരണ്ടു, ഒപ്പം കഷണ്ടി കയറിത്തുടങ്ങിയ നെറ്റിയിൽ വിയർപ്പിന്റെ ഉപ്പുതരികൾ തെളിഞ്ഞു.

"നമ്മുക്ക് പോവാം" അവളുടെ ചുണ്ടുകൾ എന്റെ ചുണ്ടിന്റെ അടുത്ത് വന്നു നിന്നു.

"നീ എന്റെ വെറും സൃഷ്ടിയാണ്, ഞാൻ ഇല്ലെന്ന് പറഞ്ഞാൽ നീ ഇല്ല. പോ.." പൊടുന്നനെ ഉയർന്ന ധൈര്യത്തിൽ ഞാൻ അവളെ തള്ളി, പക്ഷെ എന്റെ തള്ളലിൽ തെറിച്ചു വീഴാൻ അവൾ അവിടെ ഉണ്ടായിരുന്നില്ല. തെല്ലൊരു അത്ഭുതത്തോടെ, ആശ്വാസത്തോടെ ഞാൻ ചുറ്റും നോക്കി, അവൾ മുറിയിൽ ഇല്ലെന്നുള്ളത് ഉറപ്പു വരുത്തി. ഇതുവരെ കേൾക്കാതിരുന്ന ശബ്ദങ്ങൾ വീണ്ടും കേട്ട് തുടങ്ങി, മുകളിൽ അപ്പൂപ്പൻ ഫാൻ മുരണ്ടു കൊണ്ട് കറങ്ങുന്നുണ്ട്, ആ കാറ്റിൽ മുറിയുടെ തെക്കേ മൂലയിലെ ചിലന്തി വല നിശബ്ദം ആടിക്കൊണ്ടിരുന്നു.

ഞാൻ കസേരയിൽ നിന്ന് എഴുന്നേറ്റ് നടന്നു, ഒരു സിഗററ്റ് കത്തിച്ച് ജനൽ തുറന്നു. പുറത്ത് അതെ മഞ്ഞ വെളിച്ചം തമിഴർ അവരുടെ ജോലി വൃത്തിയായി ചെയ്യുന്നു. അവളുടെ നോട്ടത്തിനു വല്ലാത്തൊരു മൂർച്ചയുണ്ട് അത് എന്റെ നെറ്റിയിൽ തറഞ്ഞു കയറിയത് പോലെ ഉണ്ടായിരുന്നു. മുറിയിൽ അവളുണ്ടോ എന്നറിയാൻ ഞാൻ തിരിഞ്ഞ് നോക്കി. ഇല്ല, ഞാൻ സമാധാനത്തോടെ കസേരയിൽ വന്നിരുന്നു. സിഗററ്റ് ഒന്ന് ഇരുത്തി വലിച്ച് അതുവരെ എഴുതിയത് ഒന്ന്

ഓടിച്ചു നോക്കി. പക്ഷെ ഇനി എഴുതാൻ എനിക്ക് ധൈര്യം ഇല്ല.

ഞാൻ കസേരയിൽ കാലുകൾ നീട്ടി ഇരുന്നു മുട്ടുകൾ ആട്ടി, സിഗരറ്റ് ഇരുത്തി ഇരുത്തി വലിച്ച് വായിച്ചു. ഞാൻ അവസാന വരി വായിച്ചു കൊണ്ട് സാധാരണ പോലെ സിഗരെറ്റ് കെടുത്താറുള്ള പഴയ ഇന്റ്രുമെന്റ് ബോക്സിൽ സിഗരെറ്റ് കുത്തി.

"നമ്മുക്ക് പോവാം.." ഞാൻ എഴുതാതിരുന്ന, അല്ലെങ്ങിൽ ഞാൻ അറിയാതെ എഴുതിപ്പോയ ആ വാചകം വായിക്കുപ്പോൾ തലച്ചോറിൽ കത്തുന്ന വേദന ഇരച്ചു കയറി.

"ആ.. ആഹ്..." ഞാൻ കാറിക്കൊണ്ട് കൈ വലിച്ചു. ഇടത്തെ കൈ ഉള്ളം വെന്ത് മഞ്ഞച്ചിരിക്കുന്നു അതിൽ സിഗരറ്റിന്റെ ചാരമുണ്ടായിരുന്നു, വലതു കൈയിൽ കെട്ടടങ്ങിയ സിഗററ്റും.

പെട്ടെന്ന് സിഗരറ്റ് താഴെയിട്ട് കൈ ഊതി. അടുത്താരുടെയോ സാമിഭ്യ്രമറിഞ്ഞപ്പോൾ കൈ ഊതുന്നത് നിർത്തി, വേദന കൊണ്ട് നനഞ്ഞ കണ്ണുയർത്തി. എന്റെ തൊട്ടടുത്ത് അവൾ നില്ക്കുന്നു! സാധാരണ എല്ലാവർക്കും പറ്റുന്ന പോലെ ഞാൻ പേടിച്ച് കസേരയിൽ നിന്ന് പിന്നിലേക്ക് തെറിച്ചു വീണു.

"ഇല്ല.. പോടീ.. ആരാ നീ..? എന്താ വേണ്ടേ..?" ഈ അവസരത്തിൽ എല്ലാവരും (ഇങ്ങനെയുള്ള അവസരങ്ങൾ എല്ലാവർക്കും ഉണ്ടാക്കറില്ലല്ലെ.!) ചോദിക്കുന്ന ചോദ്യങ്ങൾ ഒന്നു തെറ്റാതെ ഞാൻ ചോദിച്ചു.

"നീയല്ലേ എന്നെ ഉണ്ടാക്കിയേ സ്വയം ചോദിക്ക്. ഉത്തരം കിട്ടിയാൽ നമുക്ക് പോവാം" വന്യമായ ഒരു ചിരിയോടെ അവൾ എന്റെ അടുത്തേക്ക് വന്നു.

ഞാൻ കോൽ നിരക്കി പുറകോട്ട് നീങ്ങി രക്ഷിക്കണേ എന്ന് കാറി. ഞാൻ ജനലിലേക്ക് നോക്കി അത് അടഞ്ഞു കിടക്കുന്നു.

അവൾ എന്റെ അടുത്തെത്തി, ഞാൻ എങ്ങു നിന്നോ വന്ന ധൈര്യത്തിൽ എഴുന്നേറ്റ് ഓടി, വാതിൽ തുറന്നു. പുറത്ത് വല്ലാത്ത ഇരുട്ട്, എനിക്ക് ആ മുറിയിൽ നിന്ന് രക്ഷപെട്ടാൽ മതി. ഞാൻ ആ ഇരുട്ടിലൂടെ ഓടി, ഇടനാഴിയിലൂടെയും പടികളിലൂടെയും തട്ടിയും തടഞ്ഞും ഒരുപാട് ഒരുപാട് ഓടി. ദൂരെ എങ്ങും ഒരു വെളിച്ചം കാണുന്നില്ല. കുറെ ദൂരം ഓടിയപ്പോൾ ഇരുട്ടിൽ എവിടെയോ തട്ടി ഞാൻ വീണു. എന്റെ തല എവിടെയോ ഇടിച്ചു, വല്ലാത്ത വേദനയിൽ എന്റെ കണ്ണടഞ്ഞു പോയി. കണ്ണ് തുറന്നതും ചുറ്റും ഒരു മഞ്ഞ വെളിച്ചം. ഞാൻ പൊട്ടിച്ചിരിച്ചു, കാരണം എന്റെ കസേരയിൽ തട്ടിയാണ് ഞാൻ വിണത്, വാതിൽ അടഞ്ഞു കിടന്നു. വാതിലിനു മുമ്പിൽ അവൾ എന്നെ നോക്കി ചിരിച്ചു. അവളുടേത് ചെറു പുഞ്ചിരിയാണെങ്ങിൽ എന്റെ അട്ടഹാസം ആയിരുന്നു, എല്ലാം നഷ്ടപ്പെട്ടു എന്ന് തോന്നുന്നവന്റെ അവസാനത്തെ ചിരി.

ചിരിയുടെ ഇടയിൽ എന്റെ പൊട്ടിയ നെറ്റിയിൽ നിന്ന് ചോര കൈയ്യിൽ വീണു. ഒന്ന് പേടിച്ചു പതിയെ കണ്ണുയർത്തി അവളെ നോക്കി, അവൾ ഓടി വന്ന് ആ ചോര കുടിച്ചില്ല. ഞാൻ എന്റെ ബനിയാൻ കൊണ്ട് ആ ചോര തുടച്ചു, മുഷിഞ്ഞു മഞ്ഞച്ച ആ ബനിയനിൽ രക്തം ആകുന്നില്ല. നെറ്റിയിൽ നിന്ന് ഒഴുകുന്ന രക്തം ഒന്നുമറിയാതെ ഒഴുക്ക് തുടർന്നു- മുഖമാകെ രക്തം. അത് പോകുന്നില്ല, ഞാൻ വീണ്ടും വീണ്ടും തുടച്ചു. രക്തം പോവാത്തത് കൊണ്ടാണോ അല്ലെങ്ങിൽ മരണം ഉറപ്പായത് കൊണ്ടാണോ എന്നറിയില്ല ഞാൻ ദേഷ്യത്തിൽ നിർത്താതെ ചോര തുടച്ചുകൊണ്ടേ ഇരുന്നു. ഞാൻ കാറിക്കൊണ്ട് ചെറിയ ഒട്ടകൾ വീണ എന്റെ മഞ്ഞ ഇന്നർ ബനിയൻ വലിച്ച് കീറി, ചോര വീണ കൈ മാന്തി അവളെ നോക്കി നിർത്താതെ മാന്തി. നഖക്ഷതങ്ങളിൽ മിന്നുന്ന ചോര കണ്ട ഞാൻ പൊട്ടിച്ചിരിച്ചു കൊണ്ട് പിന്നെയും

കൈയ്യും തറയും മാന്തി.

കാറിയും മാന്തിയും തളർന്നു ഞാൻ അവിടെ കുറച്ച് നേരം കിടന്നു. ഞാൻ നോക്കുമ്പോഴെല്ലാം അവൾ നിന്നിടത്തു തന്നെ നിൽപ്പുണ്ട്, എന്റെ ഈ കൂത്ത് കഴിഞ്ഞാൽ പോവാം എന്ന ഭാവത്തിൽ. ഞാൻ എഴുന്നേറ്റു, ചുവരിലെ കണ്ണാടിയുടെ മുമ്പിലാണ് ഞാൻ നിൽക്കുന്നത്. കണ്ണാടിയിൽ എന്റെ തലയിലെ മുറിവ് കാണ്ടില്ല, മുഖത്ത് ചോരയും. ആ കണ്ണാടിയിൽ എന്നെ തന്നെ കാണാല്ലേ എന്ന് ഞാൻ ആഗ്രഹിച്ചു. എന്റെ മുഷിഞ്ഞ ബനിയൻ ഒട്ടകൾ കാട്ടി ചിരിച്ച് കൊണ്ട് പഴയത് പോലെ തന്നെ അവിടുണ്ട്. കൈയിൽ മാന്തി ഉണ്ടാക്കിയ മുറിവ് മാത്രം മാറാതെ നിന്നു, ബാക്കി എല്ലാം എന്റെ തോന്നലുകൾ മാത്രം. തല പൊട്ടാതിരുന്നത് കൊണ്ടാണോ അല്ലെങ്കിൽ അങ്ങനെ തോന്നി കൈ മാന്തി പൊട്ടിച്ചത് കൊണ്ടാണോ എന്നറിയില്ല, യാഥാർത്യം മനസ്സിലാക്കാൻ പറ്റാതെ കുഴഞ്ഞ ഞാൻ കസേര എടുത്ത് ആ കണ്ണാടിയിൽ എറിഞ്ഞു ഇതൊന്നും കണ്ടു നിൽക്കാൻ ആഗ്രഹം ഇല്ലാത്തവനെ പോലെ അത് പൊട്ടിച്ചിതറി. ആ ഒരു ആവേശത്തിൽ എന്റെ കൈയിൽ കിട്ടിയതെല്ലം എടുത്ത് ഞാൻ അവളെ എറിഞ്ഞു. അവളുടെ ദേഹത്ത് ഒന്നും കൊള്ളുന്നില്ല എന്ന് മനസ്സിലായ ഞാൻ, അവസാനം കൈയിൽ കിട്ടിയ പുസ്തകങ്ങളും സിഗരെറ്റ് കുത്തുന്ന ഇൻസ്ട്രുമെന്റ് ബോക്സ്സുമെല്ലാം താഴെ എറിഞ്ഞ് അവിടെ കരഞ്ഞുകൊണ്ട് ഇരുന്നു. ഞാൻ പേടിക്കുന്നത്തിൽ അവളുടെ മുഖത്ത് വല്ലാത്ത ഒരു സന്തോഷം ഉണ്ട്, അവൾ സാവധാനം എന്റെ അടുത്തു വന്ന് കൈ നീട്ടി. ഞാൻ മേശയോടെ കാലിനോട് ചേർന്ന് മുട്ടുകൾ ചേർത്ത് അതിൽ തല ഒളിപ്പിച്ച് കണ്ണുകൾ അടച്ച് ചെവി പൊത്തി ഇരുന്നു.

എന്താ ചെയ്യേണ്ടത് എന്നറിയില്ല, എത്ര സമയം അങ്ങനെ കണ്ണടച്ചിരുന്നു എന്നും അറിയില്ല. ഞാൻ പതിയെ കണ്ണ്

തുറന്നു, കാറ്റിൽ പുസ്തകത്തിലെ താളുകൾ മറിയുന്നു. ഞാൻ കസേരയിൽ ചാരി ഇരിക്കുകയാണ്, ഞാൻ തിരിഞ്ഞ് ചുവരിലേക്ക് നോക്കി അവിടെ പൊട്ടാത്ത കണ്ണാടി. മുറി ഒന്നും അറിയാത്ത ഒരു കുഞ്ഞിനെ പോലെ എന്നെയും നോക്കുന്നു. എനിക്ക് തല ചുറ്റുന്നത് പോലെ തോന്നി, ഇതു ഞാൻ സ്വപ്നം കാണുകയാണ്, അല്ലെങ്ങിൽ ഇത്ര നേരം കണ്ടതാണോ സ്വപ്നം? ഏതാണ് സ്വപ്നം ഏതാണ് യാഥാർത്ഥ്യം?

ഞാൻ എന്റെ കൈ ഉയർത്തി സൂക്ഷിച്ച് നോക്കി അത് കുറച്ചു മുമ്പ് സ്വപ്നത്തിൽ കണ്ട രക്തം പുരണ്ടിരിക്കുന്നത് പോലെയും അല്ലാതെയും തോന്നി.. അതെ തോന്നൽ മാത്രം. പെട്ടെന്നു മുഖത്ത് കൂടി ചെറിയ എട്ടുകാലി പോയത് പോലെ തോന്നി. കൈ കൊണ്ട് തട്ടി, അതും തോന്നൽ മാത്രം.

പേടിയോടെ ആണെങ്കിലും ഞാൻ ആ പുസ്തകം തുറന്നു. അത് ഒന്നും എഴുതാത്ത ഒരു പുസ്തകമായിരുന്നു. ഞാൻ മുന്നിലിരുന്ന പുസ്തകങ്ങൾ എല്ലാം തുറന്നുനോക്കി, അവളെ പറ്റി ഒന്നിലും എഴുതിയിട്ടില്ല. എനിക്ക് ആ ഒറ്റമുറിയിൽ ഇരിക്കാൻ വല്ലാത്ത പേടി തോന്നി, പക്ഷെ എങ്ങോട്ട് പോവണം എന്ന് നിശ്ചയമില്ല. ഞാൻ തളർന്ന ശരീരവുമായി കട്ടിലിലേക്ക് നടന്നു. സ്വപ്നത്തിൽ മാന്തിപ്പൊട്ടിച്ച കൈ ഒന്ന് കൂടി നോക്കി അതിൽ ഒരു പോറൽ പോലുമില്ല നെറ്റിയും പൊട്ടിയിട്ടില്ല, എനിക്കു ഒന്നും പറ്റിയിട്ടില്ല എങ്കിലും ശരീരത്തിന് ഒരു ക്ഷീണം. ഞാൻ കട്ടിലിൽ കിടക്കുകയായിരുന്നില്ല, ഞാൻ കട്ടിലിലേക്ക് വീഴുകയായിരുന്നു കൂടെ അത് വരെ അനുഭവിച്ച മാനസിക പിരിമുറുക്കങ്ങളും. ഞാൻ കമന്ന് കുറച്ചു നേരം കണ്ണുകളടച്ചു, തലയിണയിലേക്ക് കയറി കിടന്നു.

കണ്ണ് തുറക്കുപ്പോൾ അവൾ എന്റെ അടുത്ത് കിടക്കുന്നു, എന്നെ തന്നെ നോക്കി. ഒന്നനങ്ങാൻ പോലും വയ്യാത്തത്ര ക്ഷീണം, ഞാൻ അവളെ നോക്കിക്കൊണ്ടിരുന്നു. അവൾ

വളരെ സ്നേഹത്തോടും അടുപ്പത്തോടും എന്റെ മുഖം തഴുകി.

"പോവാം" പതിയെ ചോദിച്ചു.

അവളുടെ വിരലോടിയ വഴി മുഖത്തെ തൊലി മാറി നിന്നു അതിൽ രക്തം പൊടിഞ്ഞു, ചെറിയ മുത്തുകൾ പോലെ. ഞാൻ മിണ്ടിയില്ല. അവൾ എന്നോട് കുറച്ചു കൂടെ ചേർന്ന് കിടന്നു പതിയെ പുഞ്ചിരിച്ചു.

"നീ.. എന്നെ കൊന്നു തിന്നുമോ?" വളരെ അവശതയോടെ ഞാൻ ചോദിച്ചു. അവളുടെ പുഞ്ചിരി ഒരു ചിരിയിലേക്ക് വീണു.

"നിനക്ക് എന്റെ ചോരയാണോ വേണ്ടെ?" എന്റെ മുഖത്തെ ചുവന്ന മുത്തുകൾക്ക് അനക്കം വന്നു, അവിടെ ചെറുതായി ചോര ഒലിച്ചു തുടങ്ങി - ഒരു രക്ത ചാൽ. കണ്ണിലൂടെയും ചോര തന്നെയാണോ ഒഴുകുന്നത് എന്ന് എനിക്ക് സംശയം തോന്നി, കാരണം അത്രമാത്രം ക്ഷീണിതനും നിസ്സഹായനുമായിരുന്നു ഞാൻ. അവൾ രക്തമൊഴുകുന്ന എന്റെ മുഖത്ത് ഒരു മുത്തം തന്നു ഒപ്പം ആ രക്തം നാക്ക് കൊണ്ട് നുണഞ്ഞു. എന്നെ കൂട്ടിലടച്ച സ്വന്തമാക്കിയ സന്തോഷത്തിൽ ചുണ്ടിൽ ചോരയുമായി അവൾ പുഞ്ചിരിച്ചു.

"എനിക്ക് മനുഷ്യന്റെ ശരിരമോ രക്തമോ എന്തിനാണ്?" ശാന്തമായി അവൾ എന്നോട് ചോദിച്ചു.

"എനിക്ക് നിന്റെ ആത്മാവാണ് വേണ്ടത്.. അതാണ് എന്റെ ദാഹം തീർക്കാൻ പോകുന്നത്" അവൾ ചുണ്ടിൽ പറ്റിയ രക്തം തുടച്ചു.

"നീ എന്നെ എന്ത്.. എന്ത് ചെയ്യാനാണ് പോകുന്നത്..? എന്റെ ആത്മാവ് നിനക്ക് എന്തിനാണ്..? ഞാൻ നിന്നോട് എന്ത് തെറ്റാണ് ചെയ്തേ? എന്നെ ജീവിക്കാൻ വിട്ടുകൂടെ" വിതുമ്പലിൽ തുടങ്ങിയ ആ വാക്കുകൾ ഒരു തേങ്ങലിൽ ആണ് അവസാനിച്ചത്.

"എനിക്ക് വേണ്ടത് ഞാൻ എടുക്കും, ഞാൻ ഇത് ചെയ്യുന്നത് എന്തിനാണ് എന്ന് മരിച്ചാലേ നിനക്ക് മനസ്സിലാവു" അവൾ എന്റെ കണ്ണുനീർ തുടച്ചു.

ഞാൻ എല്ലാം നഷ്ടപ്പെട്ടവനെ പോലെ കിടന്നു, അവൾ എന്നോട് ചേർന്ന് കിടന്നു. അവളുടെ വിരൽ കൊണ്ട് എന്റെ ശരിരത്തിൽ പുതിയ രക്തച്ചാലുകൾ ഉണ്ടായി തുടങ്ങി. മനസ്സുകൊണ്ട് ഞാൻ നേരത്തേ മരിച്ചു കഴിഞ്ഞിരുന്നല്ലോ, അവൾ എന്റെ ശവത്തെ കെട്ടിപിടിച്ചു, എന്റെ ശവം അവളേയും. അവൾ എന്റെ ശവത്തിൽ കയറിയിരുന്നു അവളുടെ ദേഹം ഇളകി തുടങ്ങി അവസാനമില്ലാത്ത പെരുമ്പറ കണക്കെ ആ കട്ടിലിൽ നിന്ന് ശബ്ദമുയർന്നു. വന്യമായി ആക്രോശിച്ച്.. ആസ്വദിച്ച്.. അവൾ മൈഥുനത്തിൽ ഏർപ്പെട്ടു. എന്റെ ഹൃദയം പെട്ടി രക്തം തെറിച്ചു അത് അവളുടെ മുഖത്തു വീണു. ആ രക്തം കഴുത്തിലൂടെയും കൈയിലൂടെയും മുടിയിലൂടെയും മുലയിലൂടെയും താഴേക്ക് ഒഴുകി. അവളുടെ തലയിൽ പുഴുക്കൾ നുരക്കുന്നത് പോലെ എനിക്ക് തോന്നി, അവളുടെ ചിരിയുടെ ദുർഗന്ധം മുറിയിൽ പരന്നു. അതൊന്നും ശ്രദ്ധിക്കാതെ അവൾ ആ രക്തത്തിൽ ആടി ഉലഞ്ഞു. അവളുടെ ദേഹത്തു നിന്ന് ലക്ഷങ്ങളോളം ചെറിയ ചെറിയ എട്ടുകാലികളും പുഴുക്കളും ക്രിമികളും പുറത്തു വന്നു അത് എന്നിലും ആ മുറിയിലും ആകെ നിറഞ്ഞു. ആകാശത്ത് ഇടിവെട്ടി അത് മഴയായി പെയ്തു അതിനു രക്തത്തിന്റെ കൊഴുപ്പുണ്ടായിരുന്നു.

ആ ഉലഞ്ഞാടലിന്റെ അന്ത്യത്തിൽ അവൾ എന്റെ നെറ്റിയിൽ ചുംബിച്ചു. ആ ചുംബനമേറ്റ മാത്രയിൽ എന്റെ മുടികളും രോമങ്ങളും കൊഴിഞ്ഞു. പതിയെ നെറ്റിയിലും മുഖത്തും പുഴുക്കൾ നുരച്ചു തുടങ്ങി. എന്റെ ദേഹം ജീർണിച്ചു തുടങ്ങി, അതിലെ പുഴുക്കളും ക്രിമികളും പോയി, എന്റെ ദേഹം മണ്ണായി മാറി തുടങ്ങി. അവൾ എന്നെ നോക്കി

അട്ടഹസിച്ചു. എന്റെ ശ്വാസം നിന്ന് തുടങ്ങി, എന്റെ ശബ്ദം പോയിത്തുടങ്ങി ഞാൻ എന്തിനോ ഉറക്കെ കരാൻ ശ്രമിച്ചു. അവളുടെ ബന്ധനത്തിൽ നിന്ന് കൈകൾ വലിച്ചെടുക്കാൻ ശ്രമിച്ചു, പറ്റുന്നില്ല. അവസാനത്തേത് എന്ന് തോന്നിയ ശ്വാസം ഞാൻ ശക്തിയായി വലിച്ചു. ആ ശ്വാസത്തിൽ ഞാൻ കാറികൊണ്ട് എഴുന്നേറ്റു.

ഞാൻ കട്ടിലിലാണ്! എനിക്ക് തല കറങ്ങുന്നുണ്ട്, ചുറ്റും നോക്കി പുറത്ത് നല്ല മഴയാണെങ്ങിലും നേരം വെളുത്തു തുടങ്ങി. അപ്പൂപ്പൻ ഫാൻ മുകളിൽ കറങ്ങിക്കൊണ്ടിരുന്നു എങ്കിലും സ്വപ്നത്തിൽ ഞാൻ ഓടിയതിന്റെ വിയർപ്പിൽ ബനിയാൻ ദേഹത്തോട് ഒട്ടി നിന്നു. ഞാൻ ചുറ്റും യക്ഷിയെ നോക്കി കാണുന്നില്ല ഞാൻ ഓടി മേശയുടെ അടുത്ത് ചെന്നു പുതിയ നൂറു പേജിന്റെ പുസ്തകം അടച്ചു വച്ചിരിക്കുന്നു. അത് തുറക്കാൻ എനിക്ക് പേടിയായി, അതിന്റെ പുറം ചട്ടയിൽ ഒരു എട്ടുകാലി കുഞ്ഞ് പോകുന്നത് പോലെ തോന്നി. എനിക്ക് ഭ്രാന്ത് കയറുന്നു, ഞാൻ ആ പുസ്തകം മേശയുടെ മുകളിൽ വച്ച് കത്തിച്ചു.

അതിന്റെ ആളലിൽ ഞാൻ അവളുടെ അന്ത്യം കണ്ടു, ഞാൻ സമാധാനത്തിന്റെ ഒരു ദീർഘ നിശ്വാസം വിട്ടു. ആ ആശ്വാസം അതികം നീണ്ടു നിന്നില്ല പെടുന്നു അവളുടെ ചിരി കേട്ടു, നോക്കുപ്പോൾ മറ്റൊരു പുസ്തകത്തിന്റെ പുറം ചട്ടയിൽ അവൾ എന്നെ നോക്കി ചിരിക്കുന്നു. ഞാൻ ആ പുസ്തകവും കത്തിച്ചു അങ്ങനെ പല പുസ്തകങ്ങൾ..

അവസാനം ഉണ്ടായിരുന്ന എല്ലാ പുസ്തകങ്ങളും ഞാൻ തീയിലെറിഞ്ഞു. പുസ്തകങ്ങളാണോ അതോ യക്ഷിയാണോ എന്നറിയില്ല അത് ആ മേശയെ കത്തുച്ചു. ഞാൻ അവളുടെ അന്ത്യം കണ്ട് പൊട്ടിച്ചിരിച്ചു. എന്നെ സഹായിക്കും പോലെ അപ്പൂപ്പൻ ഫാൻ ആ തീ മുറി മുഴുവൻ എത്തിച്ചു. എന്റെ ചിരി അട്ടഹാസമായി, ആ തീയിൽ അവൾ വെന്ത് വേദന കൊണ്ട്

കരഞ്ഞു. ഞാൻ സന്തോഷത്തിൽ ആ മുറിയിൽ നിന്നും ഇറങ്ങി ഓടി.

നിർത്താതെയുള്ള ആ ഓട്ടം നൂറ്റാണ്ടുകൾ പിന്നിട്ടത് പോലെയുണ്ട് ഇപ്പോൾ. മുഷിഞ്ഞ ആ ഇന്നർ ബനിയൻ കീറിയിരിക്കുന്നു അതിൽ കൂടുതൽ ചെളി പുരണ്ടിരിക്കുന്നു. കുറ്റിതാടിയും മുടിയും ഇപ്പോൾ വളർന്നു പന്തളിച്ചു, അതു വെളുത്തും ചെമ്പിച്ചും അഴുക്കുപിടിച്ച് ഇരിക്കുന്നു. പക്ഷെ ഇപ്പോൾ എനിക്ക് അവളെ പേടിയില്ല കാരണം അവളെ ഞാൻ കത്തിച്ചു കളഞ്ഞു. എന്റെ മുന്നിൽ വരുന്നവരുടെ പുസ്തകങ്ങളും ഞാൻ കത്തിച്ചു. അവർക്കെല്ലാം ഞാൻ അവളുടെ രഹസ്യങ്ങൾ പറഞ്ഞുകൊടുത്തു. ചുറ്റുമുള്ളവർ എന്നെ ഭ്രാന്തൻ എന്നു വിളിച്ചു, പക്ഷെ ഞാൻ അവരെയെല്ലാം അവളുടെ കൈയിൽ നിന്ന് രക്ഷിച്ചു. ഞാൻ ഉണ്ടില്ല, ഉറങ്ങിയില്ല എല്ലാവരെയും യക്ഷിയിൽ നിന്ന് രക്ഷിച്ചു.

പക്ഷെ അന്ന് അവൾ എന്റെ ആത്മാവിനെ ഭക്ഷിച്ചോ? അല്ലെങ്കിൽ ആത്മാവ് നശിച്ച മനുഷ്യർ ഇങ്ങനാണോ? എനിക്കറിയില്ല.

4

മരണം മുതൽ

കലങ്ങി ചുവന്ന കണ്ണുകൾ ഉയർത്തി വാഷ് ബേസിനിൽ താങ്ങി മുകളിലെ കണ്ണാടിയിൽ നോക്കി, അതിലെ ചുവന്ന മുഖം എന്നെ നോക്കി ചിരിക്കുന്നു. മനസ്സിൽ പലരും എന്നെ നോക്കി ചിരിക്കുന്നുണ്ട്- കൂട്ടുകാർ, സ്നേഹ, അവളുടെ അനുജത്തി, അവളുടെ അച്ഛൻ, മമ്മ അങ്ങനെ പലരും, പരിഹാസ ചവർപ്പോടെ ദയയുടെ ഒരു വറ്റില്ലാതെ, ചുണ്ടിൽ ചോരയൊലിക്കുന്ന ചിരി.

"നശിച്ച ദൈവമേ എന്തിനാണ് എനിക്ക് ഇങ്ങനെ ഒരു നശിച്ച ജീവിതം. നിങ്ങളോട് എനിക്ക് വെറുപ്പാണ്, എല്ലാവരോടും... എല്ലാ പിഴച്ച സന്ധതികളോടും". മനസാണോ, വായാണോ ഇങ്ങനെ അലറിയത് എന്നറിയില്ല.

അടഞ്ഞ കുളിമുറിയുടെ വെള്ളവെളിച്ചത്തിൽ എല്ലാം നഷ്ടപെട്ടവനെ പോലെ തറയിൽ ഇരുന്നു. എത്ര സമയം ഇരുന്നു എന്നറിയില്ല പക്ഷെ കാതിൽ ആ ചിരിയുടെ അലകൾ നിൽക്കുന്നില്ല, കണ്ണിൽ നിന്നും ഒരു തുള്ളി ഒഴുകി. പിന്നെ രണ്ടും കല്പിച്ച് എഴുന്നേറ്റു. ഒരു ദീർഘ ശ്വാസമെടുത്ത് വാഷ് ബേസിനിലേക്ക് നീട്ടി വച്ച കൈത്തണ്ടയിലെ നേർത്ത നീല വരകളിൽ വട്ടമായി ബ്ലേഡ് വച്ചു. ചെവിയിൽ വീണ്ടും കൂട്ടുകാരുടെ ചിരി കേൾക്കാം, അവൾ അവസാനം പറഞ്ഞ

വാക്കുകൾ കേൾക്കാം. അതുവരെ കൂടെ നിന്ന അവളുടെ അനിയത്തി അവസാന സമയത്ത് മറുകണ്ടം ചാടി പറഞ്ഞ കുത്തുവാക്കുകൾ കേൾക്കാം. ബ്ലേഡ് ചെറുതായ് ഒന്നു നീങ്ങി. വലുതായി ഒന്നും പറ്റിയില്ല തൊലി ചെറുതായി കീറി, ഒരു നീറ്റൽ ഒള്ളത് കൊണ്ട് മാത്രമാണ് അത് മനസ്സിലായത്, പിന്നെ ഒരു വെള്ള വര പ്രത്യക്ഷപ്പെട്ടു. പതിയെ ആ വെള്ളയിൽ പലയിടത്തായി ചുവന്ന മുത്തുകൾ തെളിഞ്ഞു. പതിയെ കുന്നിക്കുരുക്കൾ കോർത്ത ഒരു മാലയായ് മാറി അത്. നീറുന്നുണ്ട് എങ്കിലും വീണ്ടും ബ്ലേഡ് പൂർവ സ്ഥാനത്ത് വച്ചു. ചിന്തകൾ നിലച്ചു, ജീവിതത്തിൽ ഇതുവരെ നടന്നത് എല്ലാം ഒരു ബിന്ദുവിലേക്ക് ആവാഹിക്കപ്പെട്ടു. ഭാവിയെ കുറിച്ച് വളരെ പ്രതീക്ഷയോടെ കാത്തു നിന്ന എന്റെ കുട്ടിക്കാലം തുറിച്ച കണ്ണുകളോടെ ആ ബ്ലേഡിലേക്ക് നോക്കി, ക്രൂരമായ ഒരു ചിരി അതിന്റെ അഗ്രത്തിൽ തിളങ്ങി. മരിച്ച മകനെ കാണുന്ന ഒരു അമ്മയുടെ അർത്ഥശൂന്യമായ അലർച്ച ചെവിയിൽ മുഴങ്ങി, ആരുടെയൊക്കേയോ ചെറു രോധനങ്ങളും. പക്ഷെ ബ്ലേഡ് പതിയെ തോലിയിലേക്ക് താണിറങ്ങി. അതു നേരത്തേ പൊടിഞ്ഞ ചോരയിൽ തൊലിയോട് ഒട്ടി നിന്നു. അമ്മയുടെ തേങ്ങലിനു മുകളിൽ സ്നേഹയുടെ ഒരു കൊഞ്ചൽ കേട്ടു.

"ഒന്ന് ആഴത്തിൽ ഇറക്കി വലിക്കു... അത്ര ഉള്ളു...".

കൈത്തണ്ടയിൽ ഇറങ്ങിയ ബ്ലേഡ് ആ നീല വരകളെ മുറിച്ച് പാഞ്ഞു, രണ്ടു-മൂന്നു തവണ കൂടി അത് ആവർത്തിച്ചു. ബ്ലേഡിന്റെ മൂർച്ചയുടെ തിളക്കം മങ്ങി. തുറന്നു വച്ച ടാപ്പിൽ നിന്ന് ഒഴുകിയ വെള്ളം കുറച്ചുകൂടി കൊഴുത്തു ചുവന്ന് പുറത്തേക്കു തെറിച്ചു. നഷ്ടങ്ങൾക്കിടയിലും എന്തോ ഒന്ന് നേടിയത് പോലെ ഞാൻ കണ്ണാടിയിൽ നോക്കി, ഇപ്പോൾ കണ്ണാടിയിൽ മുഖങ്ങൾ ഒന്നും ഇല്ല. ഞാൻ ചുറ്റും നോക്കി എന്റെ കാഴ്ച പതിയെ മങ്ങി, എനിക്ക് ചുറ്റും എല്ലാം

മഞ്ഞച്ചു പിന്നെ അത് കടുത്തു വീണ്ടും നിറങ്ങൾ പലതു മാറി ചുവന്നു അതും കടുത്തു, പിന്നെ ഇരുട്ടി. ഞാൻ കണ്ണ് തുറന്നു തല ഒന്ന് കുടഞ്ഞു വീണ്ടും നോക്കി.. കുളിമുറിയുടെ മുകളിലെ മൂലകളിൽ നിന്നായി ഇരുട്ടിന്റെ പുകപടലങ്ങൾ ഒഴുകി ഇറങ്ങി. അത് മതിലുകളിൽ ഒട്ടിച്ച വെള്ള ടൈലിന്റെ കളങ്ങളെ ഓരോന്നായി നിറച്ച് താഴേക്ക് ഒഴുകി. ഇരുട്ട് ഒരു മഴ കണക്കേ ആ മുറിയിൽ നിറഞ്ഞു, അവിടെ വെളിച്ചം ഇല്ലാതായി. അനന്തമായ ഒരു ഇരുട്ടിലേക്ക് ഞാൻ കൂപ്പുകുത്തി. ആ ഇരുട്ടിൽ ഞാൻ ഏതോ കോണിലേക്ക് തെന്നി പോവുകയായിരുന്നു. കുറച്ച് കഴിഞ്ഞപ്പോൾ ആരൊക്കെയോ ചെവിയിൽ രഹസ്യങ്ങൾ പറയുന്നത് കേൾക്കാൻ തുടങ്ങി. പിന്നെയും എങ്ങോട്ടോ പോവുകയാണ് ഞാൻ.. വെള്ളച്ചാട്ടത്തിൽ താഴേക്ക് വീഴുന്ന ഒരു ജലകണം പോലെ ഞാൻ ആ ഇരുട്ടിലൂടെ ഏതോ ഒരു ദിശയിലേക്ക് വീണു. ചുറ്റും ഒരു വൃത്തികെട്ട മണം പരക്കാൻ തുടങ്ങി അത് എന്നെ ശ്വാസം മുട്ടിക്കുന്നു. ദൂരെ എവിടെയോ ഇരുളു ചുവന്നു വെളിച്ചം കണ്ടു തുടങ്ങി, മെല്ലെ വെളിച്ചത്തിനു ശക്തി കൂടി വന്നു. ഞാൻ ചുറ്റും നോക്കി, ആരോ ഇരുട്ടിൽ നിന്ന് എന്നെ വെളിച്ചത്തിലേക്ക് തള്ളിയിട്ടു.

ഒരു കുഞ്ഞ് പിറന്നിരിക്കുന്നു..!!

ഞാൻ വീണ്ടും വേറൊരളായി പിറക്കുകയാണോ? ഈ നശിച്ച ലോകത്തിലേക്ക് വീണ്ടും ജനിക്കുകയാണോ!? എനിക്ക് മനസ്സിലാകുന്നില്ല. ഞാൻ വീണ്ടും നോക്കി ആ സ്ത്രീയുടെ വിളറിയ മുഖം, വേദനയും ക്ഷീണവും ഒഴുകുന്ന കണ്ണുകളിൽ കുഞ്ഞിനെ കണ്ടതിന്റെ തിളക്കം. ഞാൻ വീണ്ടും ഈ ലോകത്തു ജനിച്ചതിനു ദൈവത്തെ ശപിച്ചു.

"നശിച്ച ദൈവം" ഞാൻ പറഞ്ഞു.

പക്ഷെ കുഞ്ഞിനെ നോക്കി നിൽക്കെ ചുറ്റുപാടുകൾ മാറി, അവൻ വളർന്നു വന്നു. അവനെ അമ്മ സ്നേഹത്തോടെ

പാലൂട്ടുന്നു, അച്ഛൻ അവനെ തോളിലേറ്റി കളിപ്പിക്കുന്നു. ഞാൻ സൂക്ഷിച്ചു നോക്കി. അത് ചെറുപ്പത്തിൽ മരിച്ച എന്റെ അച്ഛനാണ്, അത് എന്റെ അമ്മയാണ്. എന്റെ മുഖം എനിക്ക് ഓർമ്മവന്നു ആ കുഞ്ഞ് ഞാൻ ആണ്. ചെറുപ്പത്തിൽ ഞാൻ കാണിച്ച വികൃതികൾ കണ്ടു, പലതും എനിക്ക് ഓർമ്മ പോലും ഇല്ല. എന്റെ നിഷ്കളങ്കത കണ്ടു ഞാൻ അത്ഭുതപെട്ടു. ഞാൻ ഓർമ്മകളിലൂടെ സഞ്ചരിക്കുകയാണ്, അത് പല ദൃശ്യങ്ങളായി എനിക്ക് മുൻപേ ഓടി. ഓർമ്മയുടെ വളവുകളിൽ ഞാൻ എന്റെ ജീവിതത്തിലെ സന്തോഷവും സന്താപവും അറിഞ്ഞു, ചിലപ്പോൾ കണ്ണുകൾ നിറഞ്ഞു, ചിലപ്പോൾ ഉറക്കെ ചിരിച്ചു.

കോളേജിലെ എന്റെ ആദ്യ ദിവസം, സ്നേഹയെ ആദ്യം കണ്ട നിമിഷം- എനിക്ക് വല്ലാത്ത സന്തോഷം തോന്നി. കോളേജിലെ ദിവസങ്ങൾ കാറ്റിൽ തുറന്നു വച്ച പുസ്തക താളുകൾ പോലെ എന്റെ മുന്നിൽ മറിഞ്ഞു കൊണ്ടിരുന്നു. ആദ്യമായി ഞാൻ ഒരു പെണ്ണിനോട് ഇഷ്ടമാണെന്നു പറയുന്നത് കണ്ടു. അന്ന് സ്നേഹയുടെ മുഖം ചുവന്നിരുന്നു, അവളുടെ കവിളുകൾ ഒരു പനിനീർ പൂവിന്റെ ഇതൾ പോലെ തോന്നി, ഇന്നും എനിക്ക് അത് തന്നെയാണ് തോന്നുന്നത്. ഈ നിമിഷത്തിൽ നിന്നു മുന്നോട്ടു പോവരുതേ എന്ന് ഞാൻ ആഗ്രഹിച്ചുപോയി. പക്ഷേ ദൃശ്യങ്ങൾ എനിക്ക് മുൻപേ പോകുകയാണ്. പക്ഷെ അതിലും പ്രീയപ്പെട്ടത് എന്ന് തോന്നിക്കുന്ന നിമിഷങ്ങൾ മുന്നിൽ തെളിഞ്ഞു- ജീവിതത്തിലെ ആദ്യ ചുംബനം സ്നേഹയുടെ ഉമിനീരിന്റെ കയ്പ് ചുണ്ടിൽ തേൻ മധുരമായി മാറിയത് ഞാൻ വീണ്ടും അറിഞ്ഞു. അവളെ വീണ്ടും വീണ്ടും ചുംബിക്കാൻ തോന്നി, പക്ഷെ ഒന്നിനും കാക്കാതെ ഓർമ്മയുടെ വർണ്ണങ്ങൾ എനിക്ക് മുൻപേ പോയി. പിന്നെ മുന്നിൽ വന്നത് എനിക്ക് ഏറ്റവും വേണ്ടപ്പെട്ട എന്റെ കൂട്ടുകാരാണ്, ഞങ്ങളുടെ ഒരുമിച്ചുള്ള

പല പരീക്ഷണങ്ങൾ തെളിഞ്ഞു വന്നു. പുക നിറഞ്ഞ, കുപ്പികൾ വള കിലുക്കുന്ന ബോധമില്ലാത്ത രാത്രികൾ കണ്ടു, അത് ചെറു ചിരി ചുണ്ടിൽ വിടർത്തി. പക്ഷെ ആ തമാശകളിൽ എനിക്ക് എന്നോട് തന്നെ വെറുപ്പ് തോന്നിയത് സ്നേഹ അറിയാതെ വേശ്യാലയത്തിൽ പോയത് കണ്ടപ്പോഴാണ്. അന്ന് അത് ഒരു പരീക്ഷണമോ രസമോ ആയിരുന്നു പക്ഷെ ഇപ്പോൾ അവൾ എന്നെ വിട്ടു പോയത് ശരിയാണ് എന്ന് തോന്നുന്നു. ഇതിനെല്ലാം ദൈവം തന്ന ശിക്ഷയായിരിക്കും അവൾ എന്നെ വിട്ടു പോയത് എന്ന്. ഇതെല്ലം ജീവിതത്തിൽ നിന്നൊന്ന് മായിച്ചു കളയാൻ കഴിഞ്ഞിരുന്നെങ്കിൽ എന്ന് ആഗ്രഹിച്ചു പോയി.

സ്നേഹയോടൊപ്പമുള്ള ദിവസങ്ങൾ എന്റെ മുന്നിലൂടെ പോയി. ജീവിതത്തിലെ തന്നെ ഏറ്റവും സന്തോഷകരമായ സമയം, ഞങ്ങളുടെ മാത്രമായുള്ള നിമിഷങ്ങൾ ഞങ്ങളുടെ ചെറിയ ഇണക്കങ്ങൾ പിണക്കങ്ങൾ എല്ലാം കണ്ണിൽ തെളിഞ്ഞു. കണ്ണുകൾ കൊണ്ടും പുഞ്ചിരി കൊണ്ടും ഞങ്ങൾ ഒരായിരം വർത്തമാനം പറഞ്ഞു. കൂട്ടുകാരുടെ ഇടയിലാണെങ്കിലും ഇടംകണ്ണിട്ടുള്ള അവളുടെ ആ നോട്ടം.. അതിൽ എല്ലാമുണ്ട്, അവളുടെ കുറുമ്പ്, പരിഭവം, സ്നേഹം അങ്ങനെ എല്ലാം, അതിനു വേണ്ടിയുള്ള കാത്തിരിപ്പായിരുന്നു പലപ്പോഴും. ക്ലാസ് ഇല്ലാത്ത ദിവസങ്ങളിൽ പരസ്പരം കാണാനായി നടത്തിയിരുന്ന കംബൈൻ സ്റ്റഡീസ്.. അതിനിടയിലെ കളികൾ, തമാശകൾ, വഴക്കിടലുകൾ, സ്നേഹിക്കൽ അങ്ങനെ എല്ലാം കൺമുന്നിലൂടെ പോവുകയാണ്. കോളേജ് പഠനം കഴിഞ്ഞ് അവളുടെ കല്ല്യാണമായി എന്നറിഞ്ഞപ്പോൾ കരഞ്ഞതും, കുടിച്ചതും, സഹായിക്കാൻ കൂടെ നിന്ന അവളുടെ അനിയത്തി തിരിഞ്ഞു നടന്നതും, അവസാനം അവളെ വിളിച്ചു നെഞ്ച് പൊട്ടി കെഞ്ചി കരഞ്ഞതുമെല്ലാം മുന്നിൽ തെളിഞ്ഞപ്പോൾ കണ്ണുനീർ

കൊണ്ട് കണ്ണ് മങ്ങിപ്പോയി. അവൾ കരഞ്ഞു കൊണ്ട് വിട പറഞ്ഞു, ചിരിച്ചു കൊണ്ട് മോതിരമിടാൻ വിരൽ നീട്ടി. ഇപ്പോൾ കഴുത്തും നീട്ടിക്കാണും എന്നോർത്തപ്പോൾ ജീവിതം വെറുത്തു..

എന്തിനു ദൈവമേ എനിക്ക് ഇങ്ങനെ ഒരു ജീവിതം..?

പക്ഷെ വിഷമിക്കേണ്ട ആവശ്യമില്ല എല്ലാം അവസാനിച്ചിരിക്കുന്നു, ഞാൻ തിരിഞ്ഞു എനിക്ക് പോവേണ്ട വെളിച്ചം നോക്കി നടന്നു. പക്ഷെ ചുറ്റും ഇരുൾ നിറഞ്ഞു.. വീണ്ടും, ഞാൻ ഇരുട്ടിൽ എങ്ങോട്ടോ വീണുകൊണ്ടെയിരിക്കുന്നു.

൭

എന്തോ ഒരു ഭീകര സ്വപ്നം കണ്ടതിന്റെ ഞെട്ടലിലാണ് ഞാൻ എഴുന്നേറ്റത് അപ്പോഴേക്കും നേരം വെളുത്തിരുന്നു. ദുസ്വപ്നത്തിന്റെ ഓളങ്ങൾ തലക്കുള്ളിൽ ഉണ്ട് പക്ഷെ ഓർത്തെടുക്കാൻ കഴിയുന്നില്ല. എന്തായാലും ഇനി ഉറക്കം വരില്ല മുറിക്കുള്ളിൽ ചെറിയ വെളിച്ചം വന്നിരിക്കുന്നു നല്ല തണുപ്പുമുണ്ട്. തിരിഞ്ഞു കിടന്നപ്പോൾ ശ്രീജയുടെ മുഖം നോക്കി, അവളുടെ മുഖം വളരെ ശാന്തമായിരുന്നു. ചുറ്റും ചെറിയ വെളിച്ചം മാത്രമേ ഉള്ളു അത് അവളിൽ നിന്ന് വരുന്നതാണോ എന്ന് തോന്നി അല്ലെങ്കിൽ ആ ചെറിയ വെളിച്ചത്തിലും അവളുടെ മുഖം ഒരു വെൺനക്ഷത്രം പോലെ തിളങ്ങി. നഗ്നമായ അവളുടെ ശരീരത്തിലേക്ക് കനം കുറഞ്ഞ പുതപ്പ് ഒട്ടി കിടന്നു, അത് അവളുടെ ശരീര വടിവ് എടുത്ത് കാട്ടി. പതിയെ അവളുടെ മുഖം തലോടി അവളുടെ അടുത്തേക്ക് നീങ്ങി കിടന്നു. എന്തോ ആ തലോടലിനു വേണ്ടി കാത്തു നിന്നതു പോലെ അവൾ കണ്ണുകൾ പാതി തുറന്നു. പുഞ്ചിരിയുടെ ഒരു ചന്ദ്രകല അവളുടെ ചുണ്ടിൽ വിരിഞ്ഞു, കണ്ണുകൾ അടച്ച് അവൾ കുറച്ചു കൂടി അടുത്തേക്ക് നീങ്ങി

കിടന്നു. മഞ്ഞു കണങ്ങൾ അലിയുന്ന ആ തണുപ്പിനിടയിൽ അവളുടെ നഗ്നതയുടെ ചൂട് എന്നെ ഉത്തേജിപ്പിച്ചു, ഞാൻ അവളെ കുറച്ച് മുറുകെ കെട്ടി പിടിച്ചു. അല്പ ശക്തമായ ആ കെട്ടിപിടുത്തതിൽ ഉറക്കം പോയ ശ്രീജ കണ്ണ് തുറക്കാതെ തന്നെ കഴുത്തിൽ ചുംബിച്ചുക്കൊണ്ട് പരിഭവപ്പെട്ടു

"ങും... ഉറങ്ങട്ടെ രാവിലെ ഡ്യൂട്ടിക്ക് പോവാനുള്ളതാണ്.. എന്താ ഈ കാണിക്കുന്നേ..?"അവളെ കുറച്ചു കൂടി ചേർത്ത് പിടിച്ചു ഞാൻ അറിയാതെ പറഞ്ഞു

"ഞാൻ കരുതി നീ എനിക്ക് നഷ്ടപ്പെട്ടു എന്ന്.." അത് കേട്ടതും പെട്ടെന്നു അവൾ കണ്ണുകൾ തുറന്നു മുഖത്തേക്ക് നോക്കി

"എന്താ പറഞ്ഞേ..? "

ഞാനും അവളുടെ കണ്ണുകളിലേക്ക് നോക്കി, അപ്പോഴാണ് എനിക്ക് ഞാൻ കണ്ട സ്വപ്നം ഓർമ്മ വന്നത്, അവളില്ലാത്ത ഒരു ലോകം..!! ചിന്തിക്കാൻ പോലും ആവുന്നില്ല.

"ഒന്നുമില്ല.. ഞാൻ ഒരു ദുഃസ്വപ്നം കണ്ടു മോളെ" ഒരിക്കലും അവളെ വിട്ടു പോവില്ല എന്ന് മനസ്സിൽ പറഞ്ഞ് അവളെ കെട്ടി പിടിച്ചു ആ ചൂടിൽ പുതപ്പിനുള്ളിലേക്ക് ഊളിയിട്ടു.

കാലം കടന്നു പോയി അന്ന് കണ്ട ആ സ്വപ്നവും സ്നേഹയുമെല്ലാം ഓർമ്മയിൽ വന്നു പോവുന്ന അതിഥികൾ മാത്രമായി. അന്ന് സന്തോഷത്തിന്റെ കാലമാണെങ്കിൽ ഇപ്പോൾ കഷ്ടപ്പാടിന്റെയും വിഷമത്തിന്റെയും കാലമാണ്. വീട് പണി പാതിയിൽ നിന്നിരിക്കുന്നു, അമ്മ മരിച്ചത്തിന്റെ വിഷമം വേറെ. അതിലുമെല്ലാം എന്നെ വിഷമിപ്പിക്കുന്നത് ശ്രീജയാണ്, ഒരു കുഞ്ഞിനെ പ്രസവിക്കാൻ കഴിയാത്തതിന്റെ വിഷമമം ഉള്ളിൽ ഒതുക്കി ചിരിച്ചു നടക്കുകയാണ് പാവം. അമ്മയ്ക്ക് അവളുടെ വിഷമം മനസ്സിലാകുമായിരുന്നു ഇപ്പോൾ അമ്മയും കൂടെ പോയപ്പോൾ അവൾ ശരിക്ക്

ഒറ്റപ്പെട്ടത് പോലായി. അമ്മയില്ലാത്ത അവൾക്ക് എന്റെ അമ്മ സ്വന്തം അമ്മ തന്നെ ആയിരുന്നു. അമ്മ പലപ്പോഴും ശ്രീജ മരുമകളായി വന്നതിന്റെ ഭാഗ്യത്തെ പറ്റി പറയാറുണ്ട്. സത്യത്തിൽ അമ്മയുടെ സമ്മതമില്ലാതെ സ്നേഹിച്ചു കല്ല്യാണം കഴിച്ചതാണ് ഞങ്ങൾ, എങ്കിലും മരിക്കുന്നത്ത് വരെ അവളെ വിട്ടു നിൽക്കാൻ അമ്മയ്ക്ക് പറ്റിയിരുന്നില്ല, തിരിച്ച് അവൾക്കും.

അമ്മ പോയതിന്റെ വിഷമം മാഞ്ഞു മാഞ്ഞു വന്നു, ശ്രീജയുടെ സാന്നിധ്യം അത് കുറച്ച് കൊണ്ട് വന്നു. പക്ഷെ അവളുടെ ഉള്ളിലെ വിഷമം എങ്ങനെ മാറ്റണം എന്ന് മാത്രം എനിക്കറിയില്ലായിരുന്നു. പക്ഷെ അന്ന് ജോലി കഴിഞ്ഞ് തിരിച്ച് വരുപ്പോൾ ഒരിക്കലും പ്രതീക്ഷിക്കാത്ത കാര്യമാണ് നടന്നത്, സാധാരണയിൽ നിന്ന് വ്യത്യസ്തമായി അവൾ വളരെ സന്തോഷവതിയായിരുന്നു. ഒരു കാര്യത്തിലും അമിതമായി സന്തോഷിക്കുകയോ ദുഃഖിക്കുകയോ ചെയ്യാത്ത സ്വഭാവമാണ് അവളുടേത്, അത് മാത്രമല്ല എന്ത് വിഷമം ഉണ്ടെങ്കിലും അത് ഒളിപ്പിച്ച് ചിരിച്ചു കാണിക്കുന്നതിൽ അവൾ മിടുക്കിയാണ്. അത് കൊണ്ട് അവളുടെ സന്തോഷം വിശ്വസിക്കാൻ ആദ്യം കഴിഞ്ഞില്ല. പക്ഷെ ഞാൻ അച്ഛനാവാൻ പോകുന്നു എന്ന് പറഞ്ഞപ്പോൾ എന്റെ സന്തോഷം അണപൊട്ടി അപ്പോൾ പുറത്ത് നല്ല മഴ പെയ്യുന്നുണ്ടായിരുന്നു. അങ്ങനെ ഞങ്ങളുടെ കാത്തിരിപ്പിനു ഒരു അറുതി വന്നു. ഞങ്ങൾക്ക് ഒരു കുഞ്ഞ് പിറക്കാൻ പോവുന്നു. അന്ന് പെയ്ത മഴ അമ്മയുടെ അനുഗ്രഹവും സന്തോഷവും ആയിരുന്നെന്ന് അവൾ പലപ്പോഴും പറയുമായിരുന്നു.

ഞങ്ങൾക്ക് കുഞ്ഞുണ്ടായി - ജോമോൻ, വീടുപണി കഴിഞ്ഞു കഷ്ടപ്പാടുകൾ നീങ്ങി. കാലങ്ങൾ പലതു കഴിഞ്ഞു, ഞങ്ങൾ സിറ്റിയിൽ നിന്ന് ശ്രീജയുടെ നാട്ടിലേക്ക് മാറി.

അവളുടെ അച്ഛൻ മരിച്ചപ്പോൾ ആ വീട് അനാഥമായി, അവിടുത്തെ കൃഷിയും സ്ഥലവും നോക്കി ഞങ്ങൾ ജീവിച്ചു, ജോമോൻ പറയാറുള്ളത് പോലെ ഒരു സെക്കൻഡ് ഹണിമൂൺ. വല്ലാത്ത ഒരു സമാധാനം ഞങ്ങളിൽ ഉണ്ടായി, അത് ചിലപ്പോൾ ശ്രീജയുടെ സാമീഭ്യമായിരിക്കാം. അവൾ കൂടെ ഉള്ളപ്പോൾ എന്ത് പ്രശ്നവും നേരിടാനുള്ള ശക്തി എനിക്കുണ്ടായിരുന്നു, ജീവിതത്തിൽ ഇത്ര നാളും എനിക്ക് അങ്ങനെ ആയിരുന്നു. പക്ഷെ ജീവിതം ഒരിക്കലും ആർക്കും എല്ലാം കൊണ്ടും തൃപ്തി നല്കുന്നതായിരിക്കില്ലല്ലോ. കല്ല്യാണത്തിനു ശേഷം അടിമുടി മാറിയ ഒരു മകനെയാണ് ഞങ്ങൾ കണ്ടത്. ഞങ്ങളെ വേണ്ടാത്ത ഒരു മകനും മരുമകളും, ശ്രീജ എന്റെ അമ്മയോട് എത്ര സ്നേഹമുള്ളവൾ ആയിരുന്നു എന്ന് ഇടക്ക് ഓർത്തു പോവും. മക്കളും അവരുടെ മക്കളുമെല്ലാം ഉണ്ടായിട്ടും ഒറ്റപ്പെട്ടപോയി ഞങ്ങൾ.. അതിലും വലുതായി എന്നെ അലട്ടിയത് സ്വന്തം പേരക്കുട്ടിയെ ഒന്നു ഓമനിക്കാൻ പോലും സമ്മതമില്ലാതെ വിഷമിച്ച ശ്രീജയാണ്. ഇപ്പോൾ പക്ഷെ അവൾക്ക് വിഷമം ഉള്ളിൽ വച്ച് പണ്ടത്തേത് പോലെ ചിരിക്കാൻ കഴിയാറില്ല ഇടക്കെങ്കിലും ആ നോവ് എന്നെ മുന്നിൽ പെയ്തിറങ്ങും. പക്ഷെ തോൽക്കാൻ ഞങ്ങൾ തയ്യാറായിരുന്നില്ല, ഞങ്ങളുടെ പറമ്പിലെ മൃഗങ്ങളെയും, മരങ്ങളെയും, കിളികളെയുമെല്ലാം ഞങ്ങൾ സ്നേഹിച്ചു തിരിച്ച് അവരും. ഞങ്ങളുടെ വീട് കാണാനും ഫാം കാണാനുമെല്ലാം ആളുകൾ വരുന്നുന്നത് പതിവായി. അവിടെ ഇണക്കിളികളെ പോലെ പരസ്പരം ചിറകുകളുടെ ചൂട് നൽകി ഞങ്ങൾ ജീവിച്ചു.

കാലങ്ങൾ പലതു കഴിഞ്ഞു കാഴ്ചകൾ മങ്ങി തുടങ്ങി, ജീവിതത്തിന്റെ തിരയടികൾ മെല്ലെയായി. ഞാൻ കണ്ണുകൾ ശരിക്ക് തുറന്നു നോക്കി, ശ്രീജയ്ക് മുൻപിൽ ഞാൻ ഒരു ജഡമായി കിടക്കുന്നു.. പണ്ടെന്നോ ഞാൻ കണ്ട ദുഃസ്വപ്നം

സത്യമായിരിക്കുന്നു. നിശബ്ദമായി ഒഴുകുന്ന അവളുടെ കണ്ണിലേക്ക് നോക്കി, അവൾക്ക് ഇനി ആരുമില്ല, സ്വന്തം മകൻ പോലും! ഒരു ജീവിതം മുഴുവൻ എനിക്കു വേണ്ടി ജീവിച്ച ആ സ്ത്രീക്ക് ഇനി ആരും ഇല്ല. നിർവികാരമായ അവളുടെ മുഖത്തെ ചുളിവുകളിലൂടെ കണ്ണുനീർ ഒഴുകിക്കൊണ്ടിരുന്നു. ആ കണ്ണുനീർ തുടക്കണം എന്നുണ്ട്, ഞാൻ എങ്ങും പോകുന്നില്ല കൂടെ തന്നെയുണ്ട് എന്ന് പറഞ്ഞ് ആ നെറ്റിയിൽ ഒരു മുത്തം കൊടുക്കണം എന്നുണ്ട്. എനിക്ക് സാധിക്കുന്നില്ല, എന്റെ ശരീരം എന്റെ നിർദ്ദേശത്തിനു പ്രതികരിക്കാത്ത ഒരു പാഴ്‌വസ്തുവായി മാറിയിരിക്കുന്നു. ഞാൻ ഉള്ളിലേക്ക് വലിഞ്ഞു, വലിഞ്ഞു ഒരു ശൂന്യതയിലേക്ക് പോവുന്നു, വീണ്ടും ഇരുളിൽ വീണു.

എന്റെ നിസ്സഹായതയിൽ ഞാൻ ദൈവത്തെ വിളിച്ചു വീണ്ടും വീണ്ടും അപേക്ഷിച്ചു. എനിക്ക് ശ്രീജയോടൊപ്പം ജീവിച്ചു മതിയായില്ലയിരുന്നു, ഒരു ജന്മം കൂടി അവളോടൊപ്പം ജീവിക്കാൻ ഞാൻ കൊതിച്ചു.

ൊ

ഇപ്പോൾ ഞാൻ ഇരുട്ടിലാണ്, പക്ഷെ ദൂരെ എനിക്ക് വെളിച്ചം കാണാം.

"എന്റെ ദൈവമേ.. എന്റെ ശ്രീജ.." ഞാൻ ആ വെളിച്ചം നോക്കി ഒന്ന് കെഞ്ചി. കണ്ണ് തുടച്ച് ഞാൻ നടന്നു, അനന്തതയിലേക്ക് എന്ന പോലെ. ഇരുട്ടിൽ നിന്ന് വെളിച്ചത്തിലേക്കുള്ള ഇടനാഴിയിൽ തണുപ്പുള്ള ഒരു വെളുപ്പാൻ കാലത്ത് ദുഃസ്വപ്നം കണ്ടു ഞെട്ടിയെഴുനേൽക്കുന്ന എന്നെ ഓർത്തു, അങ്ങനെ തന്നെയാവണേ ദൈവമേ എന്ന് പ്രാർത്ഥിച്ചു.

ഒരു ദുഃസ്വപ്നം കണ്ട ഞെട്ടലിൽ നിന്നാണ് ഉണർന്നത്. എന്റെ കണ്ണുകൾ നിറഞ്ഞ് ഒഴുകിയിരുന്നു. എന്തോ

നഷ്ടപ്പെട്ട വേദന എന്നെ വല്ലാതെ അലട്ടുന്നു, ശരീരം വേദനിക്കുന്നു, ഓർമ്മകളുടെ മാരത്തോൺ ഓടി ഞാൻ ക്ഷീണിച്ചിരിക്കുന്നു. മുൻപിൽ വേവലാതിയിലും ചിരിക്കുന്ന കൂട്ടുക്കാരുടെ മുഖം.

"എടാ ദേ ഇവൻ കണ്ണ് തുറന്നു..." സച്ചു അടുത്തിരുന്നു പിന്നിൽ ജനാലയുടെ അടുത്ത് നിന്ന സിജോമോനെ വിളിച്ചു.

"നിനക്കു വേദനയുണ്ടോ ..??" സച്ചു അടുത്തേക്കിരുന്നു ചോദിച്ചു.

ഓർമ്മയിൽ എന്തോ മിന്നിമറയുന്നു. ചുണ്ടുകൾ വരണ്ടിരിക്കുന്നു ഒന്നും മിണ്ടാൻ പറ്റുന്നില്ല.

"എടാ പുല്ലേ, നീ എന്ത് പണിയ കാണിച്ചേ ..?? ഞങ്ങൾ പേടിച്ചു പോയി." സിജോമോൻ അടുത്തേക്ക് വന്നു.

"എടാ ഞങ്ങൾ അന്നേ പറഞ്ഞതല്ലേ അവൾ ഇറങ്ങി വരുന്ന ടൈപ്പ് അല്ല എന്ന്. ഇന്നലെ സ്നേഹയുടെ കല്ല്യാണം കഴിഞ്ഞു. അവൾ ഇതറിഞ്ഞു എന്നെ വിളിച്ചു കുറെ കരഞ്ഞു. ക്ഷമിക്കണം എന്ന് പറഞ്ഞു. നീ അത് വിട് അളിയാ". സച്ചു അടുത്തിരുന്നു എന്റെ മുഖത്തെ കണ്ണീർ തുടച്ചു.

"ആന്റി ഭയങ്കര കരച്ചിൽ ആയിരുന്നു, ഞങ്ങൾ പറഞ്ഞിട്ട് ഇപ്പോൾ വീട്ടിലേക്കു പോയതെ ഉള്ളു. ഞങ്ങൾ കൂട്ടിരുന്നോളാം എന്ന് പറഞ്ഞു".

എനിക്ക് ബോധം വന്നു, ഇടത്തെ കൈത്തണ്ടയിൽ ചെറിയ മഞ്ഞപ്പുള്ള ഒരു വെള്ള കെട്ട്.. എന്തൊക്കെയോ ദുഃസ്വപ്നങ്ങൾ കാണുകയായിരുന്നു, അതൊന്നും ഓർത്തെടുക്കാൻ കഴിയുന്നില്ല. ഞാൻ എനിക്കു മുകളിൽ കറങ്ങുന്ന ഫാൻ നോക്കി, അത് ഒരു അരണ്ട ശബ്ധത്തിൽ എന്നെ നോക്കി ചിരിച്ചു. ജീവിതം എന്നെ കളിയാക്കുന്നത് പോലെ. ഞാൻ മരിച്ചില്ല, സ്നേഹയുടെ കല്ല്യാണം കഴിഞ്ഞു, എനിക്ക് സഹിക്കാൻ കഴിയുന്നില്ല. ഞാൻ ഇനി എങ്ങനെ ജീവിക്കും, അവളില്ലത്തൊരു ജീവിതം ചിന്തിക്കാൻ

പോലുമാവുന്നില്ല. ആ സമയം പരിശോധനയ്ക്ക് വന്ന നേഴ്സ് എല്ലാവരെയും പുറത്തേക്കു പറഞ്ഞയച്ചു.

"നശിച്ച ദൈവം" ഞാൻ പറഞ്ഞു.

"എനിക്ക് എന്തിനാണ് ഈ നശിച്ച ജീവിതം" എനിക്ക് ജീവിക്കണം എന്നില്ല, ഞാൻ BP നോക്കാൻ നിന്ന നഴ്സിന്റെ കൈ തട്ടി മാറ്റി.

BP നോക്കുന്ന ക്ലിനികാൽ മാനോമീറ്റർ തറയിൽ വീണു തെറിച്ചു, എന്റെ കണ്ണുകൾ നിറഞ്ഞ് ഒഴുകിക്കൊണ്ടിരുന്നു.

"എന്ത് പറ്റിയെടി ..?" അപ്പുറത്ത് നിന്ന നേഴ്സ് വിളിച്ചു ചോദിച്ചു.

"മാനോമീറ്റർ താഴെ വീണതാ.." അത് പറഞ്ഞ് നേഴ്സ് ഒരു ദേഷ്യത്തോടെ എന്നെ നോക്കി, ആരെങ്കിലും വരുന്നോ എന്ന് നോക്കി വേഗം തറയിൽ വീണ മാനോമീറ്റർ എടുത്തു.

"ശ്രീജേ... വേഗം വാ, ദേ ഡോക്ടർ അബി വരുന്നു." അപ്പുറത്ത് നിന്ന നേഴ്സ് തിരക്ക് കൂട്ടി.

പെട്ടെന്ന് ഞാൻ ആ മുഖം ശ്രദ്ധിച്ചു എന്റെ കണ്ണുകൾ വിടർന്നു, ഞാൻ എവിടെയോ കണ്ട ആ മുഖം..

ഞാൻ ഓർക്കാൻ ശ്രമിച്ചു... പക്ഷെ പറ്റുന്നില്ല.

5

റേപിസ്റ്റ്.

കണ്ണ് ഉയർത്തി നോക്കാൻ പോലും തോന്നുന്നില്ല, ഒന്നിന് പുറകെ ഒന്നായി മുന്നോട്ടു വെക്കുന്ന കാലുകൾ മാത്രം നോക്കി നടന്നു. കൈയിൽ വിലങ്ങ് മുറുക്കിയിരിക്കുന്നു, ഒരു പോലീസുകാരൻ എന്റെ കൈ വലിച്ചു വേഗത്തിൽ നടക്കുകയാണ്. വീടിനുള്ളിൽ വളരെ സൗമ്യമായാണ് അവർ സംസാരിച്ചത്, അച്ഛനും അമ്മയ്ക്കും ഒന്നും മിണ്ടാൻ കഴിഞ്ഞില്ല. ഒരുപാടു തല്ലുകൊള്ളിത്തരം കാട്ടിയിട്ടുണ്ടെങ്കിലും, ഇത് അമ്മ പ്രതീക്ഷിച്ചിട്ടുണ്ടാവില്ല. അവർ പറയുന്നത് വിശ്വസിക്കാൻ കഴിയാതെ നിറകണ്ണുകളോടെ അമ്മ എന്നെ നോക്കി, അത് കണ്ടില്ലെന്ന് വച്ച് ഞാൻ തല താഴ്ത്തി നിന്നു. പിന്നെ ഇതുവരെ ആ തല ഉയർത്താൻ കഴിഞ്ഞിട്ടില്ല.

ആരും എന്നെ ഉപദ്രവിക്കാതിരിക്കാൻ ചുറ്റും ആളുകളെ നിർത്തിയാണ് കൊണ്ട് പോകുന്നത്. വീട് മുതൽ മെയിൻ റോഡിൽ കിടക്കുന്ന ജീപ്പു വരെ പലയിടങ്ങളിലായി കൂട്ടം കൂടിയും, മതിലിലും നിന്ന് എന്നെ നോക്കുന്ന ആളുകൾ. എന്നെ കൊണ്ടുപോകുപ്പോൾ അവർ എനിക്ക് ചുറ്റും കൂടാൻ തുടങ്ങി. എനിക്ക് നേരെ കൂകിവിളിച്ചും തെറി വിളിച്ചും രസിക്കുന്നു, ചെന്നായ്ക്കൾ. അതിനിടയിൽ എല്ലാവരുടെയും

ഇടയിലൂടെ ഒരു കൈ വന്നു എന്റെ മുതുകിൽ ഒരു ഇടി. വേദനിക്കാനുള്ള ഇടി ഒന്നുമല്ല, അല്ലങ്കിലും അമ്മയുടെ ആ മുഖം ഓർക്കുപ്പോൾ ഇത് എന്ത് വേദന? ഇടിച്ചവനെ പോലീസ് മാറ്റി നിർത്തി അവൻ എന്തൊക്കെയോ വിളിച്ച് പറയുന്നുണ്ട്. പക്ഷെ ആ ഇടി കഴിഞ്ഞപ്പോൾ എനിക്ക് വേണ്ടി ആളുകളുടെ പിടിവലിയായി. അതുകൊണ്ട് നടത്തം ഓട്ടമായി, പോലീസുകാർ എന്നെ വലിച്ചു കൊണ്ട് ഓടി. അങ്ങനെ വളരെ പെട്ടെന്ന് തന്നെ ജീപ്പിന്റെ പിൻ സീറ്റിൽ ഞാൻ എത്തി.

ജീപ്പ് സ്റ്റാർട്ട് ചെയ്തു പക്ഷെ ആളുകൾ അപ്പോഴും ഹാലിളകിയ പോലെ തെറി വിളിച്ചും ഒച്ച വച്ചും കൂകിയും ജീപ്പിനു ചുറ്റും നടന്നു. ജീപ്പിൽ ഇരിക്കുന്ന എന്നെ തല്ലാനായി ആളുകളുടെ അടുത്ത ശ്രമം, അവർ കൈ എത്തിച്ചു എന്റെ മുഖത്തടിക്കാൻ നോക്കി. പെട്ടെന്ന് അവരുടെ ലക്ഷ്യം എന്നിൽ നിന്ന് തിരിഞ്ഞു അവർ എന്റെ വീടിനടുത്തേക്ക് ഓടി.

"ശവംതീനികൾ..." ഞാൻ മനസ്സിൽ പറഞ്ഞു.

കിട്ടിയ തക്കം മുതലാക്കി ജീപ്പ് അവിടെ നിന്ന് പാഞ്ഞു കഴിഞ്ഞു. വീട് മുതൽ സ്റ്റേഷൻ വരെ കൂടെ ഇരിക്കുന്ന പോലീസുകാർ എന്നോട് എന്തൊക്കെയോ ചോദിച്ചു. മറുപടി ഇല്ലാത്തത് കൊണ്ടാവും പിന്നെ അവർ എന്നെ പറ്റി പരസ്പരം പറയാൻ തുടങ്ങി.

"രമേഷ് സാറേ, അവന്റെ ആ ഇരുപ്പു കണ്ടോ..? മുട്ടയിൽ നിന്ന് വിരിഞ്ഞിട്ടില്ല അതിനു മുമ്പേ.... എങ്കിലും ഇവനൊക്കെ എന്തിന്റെ...." അങ്ങനെ പോയി അവരുടെ വർത്തമാനം.

പക്ഷെ ഇതൊന്നും എന്നെ ബാധിക്കുന്ന കാര്യമല്ല. ഇങ്ങനെയുള്ള സാഹചര്യങ്ങൾ സ്വന്തം പ്രവർത്തിയെ (അല്ലെങ്കിൽ തെറ്റുകൾ..?) പറ്റിയാണ് കൂടുതലും ചിന്തിക്കുക. കോടികൾ തിങ്ങിപ്പാർക്കുന്ന ഈ ലോകത്തിലെ ഏറ്റവും വെറുക്കപ്പെട്ടവനാണ് ഇപ്പോൾ ഞാൻ, അല്ലെങ്കിൽ ഈ

വരുന്ന കുറച്ചു നാളത്തേക്ക് എങ്കിലും.

പോലീസിന്റെ ചോദ്യങ്ങൾ ചെവിയിൽ വീഴുന്നില്ല, അവ എന്നെ തൊടാതെ പോയി. പക്ഷെ മനസ്സിലെ ഒരായിരം ചോദ്യങ്ങൾ. അവൾക്ക് എന്നെ ഇഷ്ടമായിരുന്നോ? ചിലപ്പോൾ അവളുടെ സൗഹൃദം ഞാൻ മുതലെടുത്തതായിരിക്കാം. എന്തായാലും എന്നെ ഇഷ്ടപ്പെടാൻ മാത്രം മന്ദബുദ്ധിയല്ല അവൾ. ഇഷ്ടപ്പെടാവുന്ന തരത്തിലുള്ള ഒരാളായിരുന്നില്ല ഞാൻ, കാഴ്ച്ചയിലും പ്രവർത്തിയിലും. എനിക്ക് സ്നേഹമോ ഇഷ്ടമോ അല്ലായിരുന്നു, ചിലപ്പോഴെങ്കിലും അവൾ കീർത്തനയെ അനുസ്മരിപ്പിച്ചു. നീനു ആണെങ്കിലും കീർത്തനയണെങ്കിലും എനിക്ക് കാമം അല്ലാതെ ഒന്നും ഇല്ല (ഒന്നോർത്തു നോക്കൂ കാമം..!!) പക്ഷെ അത് എന്റെ തെറ്റല്ല ഈ പ്രായത്തിൽ എല്ലാവർക്കും ഇങ്ങനെയുള്ള വികാരങ്ങൾ തോന്നും. മനുഷ്യൻ അവൻ പിറക്കുന്നത് മുതൽ ഒടുങ്ങുന്നത് വരെ ഇങ്ങനെയുള്ള അനേകം വികാരങ്ങളുടെ ചങ്ങല കെട്ടുകളിൽ അല്ലെ?

൭

സ്കൂൾ ബാഗിനെ തോളിൽ ചുമന്ന് വിക്രമാദിത്യനെ പോലെ ഞാൻ നടന്നു, ഷൂ മുഴുവൻ പൊടിയാക്കി ചാടി ചാടിയാണ് നടപ്പ്. എന്റെ വെള്ള നിക്കറും ഷർട്ടും ഇപ്പോഴേ അഴുക്കാണ്. കണ്ടാൽ റോഡ് പണിക്ക് പോയവരെ പോലെയുണ്ടെന്നവും അമ്മ പറയുക പക്ഷെ യുദ്ധം കഴിഞ്ഞു വരുന്ന പട്ടാളക്കാരനെ പോലെയാണ് എനിക്ക് തോന്നാറ്. എന്തായാലും റോഡിലെ കാഴ്ചകൾ കാണാൻ നിൽക്കാതെ വേഗം വീട്ടിൽ എത്താനുള്ള നടത്തമാണ് ഇപ്പോൾ. സാധാരണ ജോണി ചേട്ടന്റെ വാനിലാണ് വരാറ് പക്ഷെ ഇന്ന് തല വേദന എന്ന് കള്ളം പറഞ്ഞു നേരത്തെ

ഇറങ്ങി.

പോക്കറ്റിൽ കൈയിട്ട് പൂച്ചപ്പഴം ഒന്ന് കൂടി നോക്കി, നിക്കറിലെ കുഞ്ഞി പോക്കറ്റിൽ അമർന്നു ചതഞ്ഞ പൂച്ചപ്പഴത്തിൽ നിന്ന് ചുവന്ന നീര് വിരലിൽ ആയി. ആ വിരൽ ഒന്ന് നുണഞ്ഞു നോക്കി നല്ല പുളിയും മധുരവും, കിച്ചുവെച്ചിക്ക് പൂച്ചപ്പഴം ഭയങ്കര ഇഷ്ടം ആണ്. മൂന്നു വർഷം മുൻപ് വരെ ചേച്ചി എന്നെ കൈ പിടിച്ചു സ്കൂളിൽ കൊണ്ടു പോകുമായിരുന്നു. അന്നൊക്കെ തിരിച്ചു വരുപ്പോൾ പള്ളിയുടെ അടുത്ത്, ആ പഴയ വീടിന്റെ മുറ്റത്തു വഴിയിലേക്ക് ചാഞ്ഞു നിൽക്കുന്ന മരത്തിൽ നിന്ന് ചേച്ചിയും ഞാനും പൂച്ചപ്പഴം പറിച്ചു കഴിക്കും. അമ്മാവനും ശ്രുതി ആന്റിയും പുതിയ വീട് വെച്ച് മാറിയപ്പോൾ ചേച്ചി സ്കൂളും വീടും വിട്ടു പോയി.. ഞാൻ ഒറ്റക്കായി. പിന്നെ നടത്തമൊക്കെ നിർത്തി ജോണി ചേട്ടന്റെ വാനിലായി സ്കൂളിൽ പോക്ക്.

അമ്മയുടെ അനിയത്തി ശ്രുതി ആന്റിയുടെ ഒറ്റപുത്രിയാണ് കിച്ചുവെച്ചി. അവർ വീട് പണി തുടങ്ങിയപ്പോൾ താമസിക്കാൻ വാടക വീട് നോക്കി പക്ഷെ കിട്ടുന്നില്ലായിരുന്നു, സത്യത്തിൽ വീട് പണിയുടെ ചിലവിനൊപ്പം വാടക വീട് എന്നത് അവർക്കു നല്ല ബുദ്ധിമുട്ടായിരുന്നു. അത് കണ്ട അമ്മയുടെ നിർബന്ധ പ്രകാരമാണ് അച്ഛൻ അവരെ ഞങ്ങളുടെ വീട്ടിലേക്ക് വിളിച്ചത്. അത് കൊണ്ട് എന്തായാലും എനിക്ക് ഒരു കൂട്ടായി സ്കൂളിലും വീട്ടിലും. അമ്മാവൻ വീട് പണിയും ജോലിയും കാരണം ആഴ്ച്ചയിൽ ഒരിക്കലേ വരൂ. വരുപ്പോൾ അടുക്കളയിലേക്ക് ഒരുപാട് സാധനങ്ങളും വാങ്ങിയിട്ടുണ്ടാവും, അതൊക്കെ അമ്മാവൻ വരുന്ന ഓട്ടോയിൽ നിന്ന് അടുക്കളയിൽ കൊണ്ട് വെക്കുന്നതിനു എനിക്കും ചേച്ചിക്കും ചുമട്ടു കൂലിയും തരും.

ചേച്ചി ഉള്ളപ്പോഴെല്ലാം ഞങ്ങൾ വീടിന്റെ പിന്നിലെ വലിയ തെങ്ങിൻതോപ്പിലൂടെ നടക്കാൻ ഇറങ്ങും, ചിലയിടങ്ങളിൽ

ചെറിയ പേര മരങ്ങളും മാവുമെല്ലാം ഉണ്ട്. ചേച്ചിയുടെ കൂട്ടുകാർ വന്നാൽ പിന്നെ അവിടെ ഓടി കളിയാണ് പതിവ്. ഉണ്ണിയേട്ടനും അബുച്ചേട്ടനുമാണ് നേതാക്കൾ, അങ്ങനെ രണ്ടു ടീമായാണ് ഓടിക്കളിക്കുന്നത്. ഞാനും ചേച്ചിയും അബുച്ചേട്ടൻറെ കൂടെയേ കൂടു കാരണം അബുച്ചേട്ടൻ ചേച്ചിയെ കളിയാക്കാറില്ല. പഠനത്തിന്റെ കാര്യത്തിൽ സ്കൂളിൽ തന്നെ ചേച്ചിയാണ് ഒന്നാമത് പക്ഷെ അവരുടെ കൂട്ടത്തിൽ എല്ലാരും ചേച്ചിയെ മണ്ടിയെന്നാണ് വിളിക്കുന്നത്. ചേച്ചി അവരോട് തിരിച്ചു ഒന്നും പറയാറില്ല, പകരം ഒരു മണ്ടിച്ചിരി ചിരിക്കും അല്ലെങ്കിൽ പിണങ്ങി മിണ്ടാതിരിക്കും. ചേച്ചി അത്ര പാവമായത് കൊണ്ടല്ലേ അവർ അങ്ങനെ കളിയാക്കിയിട്ടും മിണ്ടാതിരിക്കുന്നത് എന്ന് ഞാൻ ആലോചിച്ചിട്ടുണ്ട്. മേത്തന്മാരോടൊപ്പം കളിക്കുന്നത് വീട്ടിൽ അത്ര ഇഷ്ടമല്ല (അമ്മയ്ക്കും ആന്റിക്കും) അതുകൊണ്ട് എപ്പോഴും കളിക്കാൻ പറ്റില്ല. പക്ഷെ അപ്പോൾ ഞങ്ങൾ രണ്ടും പറമ്പിന്റെ അറ്റത്തുള്ള മാവിന്റെ ചുവട്ടിൽ ഇരുന്നു കളിക്കും.

ചേച്ചിയുടെ കൂട്ടുക്കാർ ഇല്ലാത്തപ്പോൾ തെങ്ങുകേറാൻ വരുന്ന മത്തായി ചേട്ടനാണ് കൂട്ട്. മത്തായിച്ചേട്ടൻ ഇടക്ക് കരിക്ക് ഇട്ടുതരും അല്ലെങ്കിൽ മാവിൽ കയറി ഞങ്ങൾക്കു മാങ്ങയെല്ലാം പറിച്ചു തരും. കിട്ടുന്ന മാങ്ങകൾ ഞങ്ങൾ ആരും കാണാതെ വീടിന്റെ പിന്നിലെ ചായ്പ്പിൽ വൈക്കോലിനിടയിൽ ഒളിപ്പിച്ചു വെക്കും, പഴുക്കാൻ. മത്തായി ചേട്ടന് മക്കളില്ല അതുകൊണ്ടാവും ചേച്ചിയെ വല്ല്യ ഇഷ്ടമായിരുന്നു. ചേച്ചിയെ കാണുപ്പോളെല്ലാം അയാൾ വാത്സല്യം കൊണ്ട് ചേച്ചിയുടെ ചുവന്ന കവിളിൽ നുള്ളും, അപ്പോൾ ചേച്ചി ചിണുങ്ങി ചിരിക്കും.

ഇപ്പോൾ കൊല്ലം മൂന്നായി അവർ പോയിട്ട്, ചേച്ചി പക്ഷെ വെക്കേഷന് വന്നു നിൽക്കും. ചേച്ചിയുടെ കുറെ കൂട്ടുകാർ

ഇവിടെ ആണല്ലോ. ഇപ്പോൾ ഒരാഴ്ച്ച സ്റ്റഡി ലീവിനു വന്നതാണ് ചേച്ചി, പത്താം ക്ലാസ്സിന്റെ മോഡൽ പരീക്ഷയാണ്. പക്ഷെ ഇന്ന് എന്നോടൊപ്പം പുറത്തു വരാൻ പറയണം. രാവിലെ സ്കൂളിലേക്ക് ഇറങ്ങിയപ്പോഴാണ് ചേച്ചി വന്നത് അല്ലായിരുന്നെങ്കിൽ ഞാൻ ഇന്ന് പോവില്ലായിരുന്നു.

വീട്ടിൽ എത്തിയാൽ ഉടനെ ചേച്ചിയോടൊപ്പം പുറത്തു പോവണം എന്നിട് അമ്മ ജോലി കഴിഞ്ഞു വരുന്നതിനു മുമ്പേ വരാം. കൂട്ടുകാരികളുടെ വീട്ടിൽ ഗ്രൂപ്പ് സ്റ്റഡിക്ക് നാളെ മുതൽ പോവാൻ ചേച്ചിയോട് പറയാം. ഇങ്ങനെയൊക്കെ ചിന്തിച്ചു വീട്ടിൽ എത്തിയത് അറിഞ്ഞില്ല. ടീച്ചർ എന്തായാലും അമ്മയെ വിളിച്ചു പറയും, അമ്മയ്ക്ക് അറിയാം ചേച്ചി വന്നത് കൊണ്ട് ഞാൻ കള്ളം പറഞ്ഞതായിരിക്കും എന്ന്. ഗേറ്റ് തുറന്നു ഞാൻ വീട്ടിലേക്ക് ഓടി, വലുതും ചെറുതുമായ മരങ്ങൾ നിൽക്കുന്ന വലിയ പറമ്പിന്റെ നടുവിലൂടെ കല്ലുകൾ പാകി ചെറുമതിൽ കൊണ്ട് ഇരുവശവും തിരിച്ച നീളൻ വഴി. അതെ.. ആ വഴിയാണ് വർഷങ്ങൾക്ക് ശേഷം പോലീസ് ചീഞ്ഞു നാറിയ ഒരു നയാ കണക്കെ എന്നെ വലിച്ചു കൊണ്ട് പോയത്. ശവം തീനികളായ ചെന്നായകൾ എന്നെ കടിച്ചു മുറിക്കാൻ രൂക്ഷമായി നോക്കിയത്, അതെ നീളൻ വഴി.

൧

തർക്കം തീർക്കാൻ വന്ന ഓട്ടോക്കാരനും ബൈക്കുകാരനും എങ്ങി നിന്ന് എന്നെ നോക്കുന്നുണ്ട്. പാവങ്ങൾ... ഇവിടെ നടക്കുന്ന കൂത്തിനിടയിൽ അവരുടെ വഴക്ക് മറന്നു, ജനാലയുടെ ഇടയിലൂടെ എന്നെയും എന്നെ താങ്ങി നിർത്തിയിരിക്കുന്ന ആ ഭീമൻ പോലീസുക്കാരനെയും നോക്കുകയാണവർ- ഇമ ചിമ്മാതെ. വേദന ഒട്ടും താങ്ങാനാവാതെ ഞാൻ ആ പോലീസുകാരന്റെ കൈയിൽ തൂങ്ങി നിൽക്കുകയാണ്. ഞാൻ (ചിലപ്പോൾ നിങ്ങളും) ഇത്

വരെ കേട്ടിട്ടുള്ളത് പോലെ ഉച്ചത്തിൽ കാറുന്ന ആളല്ലായിരുന്നു ആ പോലീസുകാരൻ, ഇടിയുടെ ഇടയിലും അയാൾ തല കുനിച്ചു എന്റെ ചെവിയുടെ അടുത്ത് വന്നു വളരെ പതുക്കെ ചോദിച്ചു.

"തുണി കീറി മാറ്റിയിട്ട്...? എന്നിട് നീ എന്തു ചെയ്തു...? പറ..."

ഒരു നിമിഷം കഴിഞ്ഞും മറുപടി കിട്ടാതിരുന്നപ്പോൾ ഒന്ന് കൂടി പറഞ്ഞു.

"പറയടാ..."

ആ "പറയടാ" എന്നുള്ളത് മെല്ലെ ഒരു ഈണത്തിലാണ് പറയുന്നത്. അതിൽ സത്യമറിയുന്നതിനേക്കാൾ കൂടുതൽ എന്റെ കാമകേളിയുടെ മാംസക്കഷ്ണങ്ങൾ തിന്നാനുള്ള ഒരു കഴുകന്റെ വെറിയുണ്ട്. ഞാൻ പറയുന്നതെല്ലാം ചിലപ്പോൾ അയാൾ മനസ്സിൽ കാണുന്നുണ്ടാവും. മരിച്ചു പോയെങ്കിലും മൃദുലമായ അവളുടെ ശരീരത്തിൽ പായുന്ന എന്റെ കൈയ്യോടൊപ്പം അയാളുടെ ആസക്തിയുടെ കറുത്ത നിഴലുകൾ പടരുന്നു. തൊട്ടു മുൻപ് കാൽമുട്ട് മടക്കി നെഞ്ചിൽ കിട്ടിയ കുത്തുകൊണ്ട് ശ്വാസം വലിക്കാൻ പ്രയാസപ്പെട്ട് ഞാൻ നിന്നു, മിണ്ടാതെ. രക്തമൊലിക്കുന്ന ഒരു ശരീരവും വായിൽ തിരുകിയ തുണിയുടെ ഇടയിലൂടെയുള്ള ഒരു കാറലും പെട്ടെന്ന് മിന്നി മറഞ്ഞു.

സ്നേഹത്തോടുള്ള രണ്ടാമത്തെ "പറയടാ"ക്കും ഉത്തരം കിട്ടാതിരുന്നത് കൊണ്ട് ഒട്ടും സമയം കളയാതെ എന്റെ തല കുനിച്ചു മുതുകിൽ കൈമുട്ടു കൊണ്ട് ഒരു കുത്ത്, മുതുകിൽ അമിട്ട് പൊട്ടുന്ന വേദന. ഇത് വച്ച് നൊക്കുപ്പോൾ ജീപ്പിൽ കയറുന്നതിനു മുൻപ് അതെ സ്ഥാനത് കിട്ടിയ ഇടി, ഒരു സ്പർശനം മാത്രം. പറയാനുള്ളത് പറഞ്ഞു തുടങ്ങും മുൻപേ നിലത്തു വീണു പോയി, എഴുന്നേൽക്കാൻ കഴിയാത്ത വിധം. ഞാൻ ചെയ്തത് തുറന്നു പറയാൻ എനിക്ക് മടിയില്ല, പക്ഷെ

ഓരോ നിമിഷവും എണ്ണി എണ്ണി ചോദിച്ചു സുഖിക്കുന്ന പോലീസുകാരൻ..! കേൾക്കുന്നതിന്റ സുഖം കൂടുന്നതിന് അനുസരിച്ചു അയാളുടെ ഇടിയുടെ ആക്കവും കൂടി വന്നു. എല്ലാം അയാളുടെ മുഖത്ത് കാർക്കിച്ചു തുപ്പുന്നത് പോലെ പറയണം എന്നുണ്ട്. അപ്പോൾ അയാൾ ചോദിക്കാത്ത ചോദ്യങ്ങൾക്കും ഉത്തരം ഉണ്ടാവും.

෨

അഴികൾക്കുള്ളിലെ ആ പരന്ന ലോകത്ത്, തറയിൽ വേദന കൊണ്ട് കണ്ണടച്ച് കിടക്കുപ്പോൾ ഇരുട്ടിൽ പലതും മിന്നി. നഗ്നമായി ചേതനയറ്റു കിടക്കുന്ന ഒരു ശരീരം അതിൽ നിന്ന് ഇപ്പോഴും രക്തമൊലിക്കുന്നു, ചോരയിൽ കലങ്ങിയ കണ്ണിൽ നിന്ന് കണ്ണീരും. ചുടുനിണം തറയിലൂടെ ഒരു പാമ്പ് കണക്കെ ഇഴഞ്ഞു എന്റെ അടുത്ത് വരുന്നത് പോലെ.. സത്യത്തിൽ ആ ശരീരം എങ്ങനെ അങ്ങനെയായി എന്ന ഓർമ്മയെനിക്കില്ല, ചിലപ്പോൾ ആ സമയത് ഞാൻ ഞാനല്ലതായി ഇരുന്നിരിക്കും. ഓരോ മനുഷ്യന്റെ പിന്നിലുമുള്ള അവനറിയാതെ അവനെ നിയന്ത്രിക്കുന്ന തൃഷ്ണയുടെ ചുവന്ന മുഖമായിരിക്കും അത്.

ഭീകര സ്വപ്നത്തിന്റെ കടും ചായങ്ങൾ ചാലിച്ച ഒരു ചിത്രം പോലെയായിരുന്നു രക്തം വാർന്നു കിടക്കുന്ന അവളുടെ രൂപം. പക്ഷെ വാശിയും വെറുപ്പും കെട്ടിക്കിടന്ന് കൊഴുത്ത് നാറിയ എന്റെ ആസക്തിയുടെ കെട്ടഴിച്ചു വിട്ടതാണോ അത്? അവളെ അനുഭവിക്കുപ്പോൾ മുറിവേല്പിക്കുപ്പോൾ ഭോഗിക്കുപ്പോൾ ആരുടെയൊക്കെയോ മുഖങ്ങൾ ഉള്ളിൽ വന്നില്ലേ? വന്നിരിക്കണം കീർത്തനയുടെ മുഖം വന്നിരിക്കും. അതെ, കീർത്തനയെ പറ്റിയുള്ള ചിന്തകളുടെ ഒരു പരമ്പര തന്നെ ഇപ്പോൾ മനസ്സിൽ വരുന്നുണ്ട്. കാണുന്നത് കീർത്തനയെയാണ് എങ്കിലും അതെല്ലാം പറയുന്നത് എന്റെ ചെയ്തികളെ പറ്റി തന്നെ.

എനിക്ക് ഓർമ്മയുണ്ട് എന്റെ കണ്ണുകൾ അറിയാതെ കീർത്തനയുടെ ദേഹത്തുകൂടി പായുന്നത്. ആ നോട്ടം ഞാൻ തടയേണ്ടതായിരുന്നു പക്ഷെ ഞാൻ തടഞ്ഞില്ല. സ്നേഹക്കൂടുതൽ കൊണ്ട് അവർ എന്നെ കെട്ടി പിടിക്കുപ്പോൾ സ്നേഹത്തേക്കാൾ ചുടുരക്തമോടുന്ന അവരുടെ മാറെന്നിൽ ചേരുന്ന സുഖവും ചൂടുമാണ് ഞാൻ അറിഞ്ഞത്. സ്വയമറിയാൻ തുടങ്ങിയ പ്രായത്തിൽ, ഓർമ്മയുടെ ഇരുട്ടിൽ മങ്ങിപ്പോവാത്ത അവരുടെ നഗ്നമേനി എനിക്ക് ഉത്തേജനമായി. ഒന്നും മനസ്സിൽ നിന്ന് മായാതിരിക്കാൻ, ആ ഓർമ്മകൾക്ക് പുതുനിറങ്ങൾ നൽകാൻ എന്റെ കണ്ണും മനസ്സും അവരുടെ തുടിച്ചു നിൽക്കുന്ന ശരീരത്തിന് പിന്നാലെയായിരുന്നു. അത് അവർ മുറ്റമടിക്കുന്ന അല്ലെങ്കിൽ അലക്കുന്ന ഇടത്ത് നിന്ന് വസ്ത്രം മാറുന്ന ഇടതേക്കും കുളിമുറിയിലേക്കും മാറി. കൂട്ടുക്കാർ പറയുന്ന രതികഥകളിൽ അവരെ മനസ്സിൽ കണ്ടു. ചിലപ്പോഴെങ്കിലും ഞാൻ കാണാറുള്ള നീലചിത്രങ്ങളിലെ പാവം പെൺകുട്ടികൾക്ക് കീർത്തനയുടെ മുഖച്ഛായയായിരുന്നു. നീനുവിലും കണ്ടത് അവരെ തന്നെ ആയിരിക്കണം.. അതെ അവരെ തന്നെയാണ്.. കീർത്തന.

ഒന്ന് നോക്കണേ.. ചിന്തിച്ചു കൊണ്ടിരിക്കുപ്പോൾ തന്നെ അവർ സ്റ്റേഷനിൽ എത്തി. കൂടെ ആരോ ഉണ്ട്, അതെ.. അത് കീർത്തന കല്ല്യാണം കഴിക്കാൻ പോകുന്ന സുന്ദരൻ ചെറുക്കൻ അല്ലെ. നീല ചുരിദാർ ഇട്ടു സുന്ദരിയായി അവർ വരുന്നത് അഴികൾക്ക് ഇടയിലൂടെ ഞാൻ കണ്ടു. വേദനയ്ക്കിടയിലും ഒന്ന് എഴുന്നേറ്റ് നേരെ നില്ക്കാൻ ഞാൻ ആ കമ്പികളിൽ പിടിച്ചു.

∾

ജനലിനു താഴെയുള്ള കല്ലിൽ ചവിട്ടി ആ അഴുക്കുപിടിച്ച കറുത്ത ഷൂസ് എങ്ങി, ജനലിന്റെ കമ്പികളിൽ പിടിച്ചു ഞാൻ നോക്കി. കിച്ചുവെച്ചി കട്ടിലിൽ ഇരിക്കുന്നു- തല കുനിച്ച്, അടുത്തിരിക്കുന്നയാൾ ചേച്ചിയെ തൊട്ടു രസിക്കുകയാണ്. എന്റെ കണ്ണുകൾ വിടർന്നു, കിച്ചുവെച്ചി ഒച്ചയില്ലാതെ കരഞ്ഞുകൊണ്ടാണ് ആ കൈകൾ തട്ടിമാറ്റുന്നത്.

"വേണ്ടെ.. പോ.." ചേച്ചി പറയുന്നുണ്ട്, പക്ഷെ അതിനനുസരിച്ച് അയാൾക്ക് രസം കൂടി വന്നു. എനിക്കും ഉച്ചത്തിൽ വിളിക്കണം എന്നുണ്ട് പക്ഷെ ഇത് കണ്ടപ്പോൾ വലിച്ച ആദ്യശ്വാസം വിടാൻ പോലും കഴിയാതെ തൊണ്ടയിൽ തങ്ങി നിൽക്കുകയാണ്. ചേച്ചിയുടെ ആ ചെറിയ പ്രതിരോധം പതിയെ തകർക്കപ്പെട്ടു, അയാളുടെ തൊട്ടുനോക്കൽ കെട്ടിപിടുത്തത്തിലേക്ക് മാറി. ചേച്ചി കാറി അയാളെ തള്ളിമാറ്റി കൈ മുഖത്ത് വച്ച് കരയാൻ തുടങ്ങി. ആ മുറിയുടെ വാതിൽ പാതി തുറന്നാണ് കിടന്നത് പക്ഷെ എന്ത് കൊണ്ടോ ചേച്ചി ഇറങ്ങി ഓടിയില്ല.

അയാൾ ചേച്ചിയെ വലിച്ചടുപ്പിച്ച് വീണ്ടും കെട്ടിപിടിക്കാനും ദേഹം മുഴുവൻ മുത്താനും തുടങ്ങി. രോമം നിറഞ്ഞ ആ കൈ മെല്ലെ ആ ദേഹം മൊത്തം ഓടി തുടങ്ങി. കരഞ്ഞും കൈ തട്ടി മാറ്റിയും തളർന്ന ചേച്ചി സ്വന്തം വിധിക്കു മുൻപിൽ അടിയറവു പറയുന്നത് പോലെ നിർജീവമായി. അയാളുടെ ഇഷ്ടത്തിന് തന്റെ ശരീരം ഇട്ടു കൊടുത്തു നിറഞ്ഞ കണ്ണുകൾ അടച്ച് ചേച്ചി ഇരുന്നു. നിമിഷങ്ങൾക്കുള്ളിൽ അയാളുടെ വസ്ത്രങ്ങൾ കാണാതായി, ചേച്ചിയുടെത് അയാൾ വലിച്ച് ഉരുകയാണ്, അത് കീറിയലും അയാൾക്ക് പ്രശ്നമില്ലായിരുന്നു. ജീവൻ പോയത് പോലെ തളർന്നു കിടന്ന ആ ശരീരത്തോട് വളരെ പരുക്കനായാണ് അയാൾ ഇടപെട്ടത്. ശരീരത്തിന്റെയും മനസ്സിന്റെയും വേദന ചേച്ചിയുടെ മുഖത്ത് കാണാമായിരുന്നു. ഒരു പാവയുടേത്

പോലെ ചേച്ചിയുടെ കൈകാലുകൾ അയാൾ പല ദിക്കിലേക്ക് എറിഞ്ഞു. ചേച്ചിയെ അയാൾ എന്തൊക്കെയോ ചെയ്യുകയാണ്, ഇടക്ക് അയാൾ മുരളുകയും ഇതുവരെ കേട്ടിട്ടില്ലാത്തത് പോലെയുള്ള ശബ്ദങ്ങൾ ഉണ്ടാക്കുന്നതും കേട്ടപ്പോൾ ആ മനുഷ്യനിലെ ഭീകര സത്ത്വത്തെ പേടിയാണ് തോന്നിയത്.

വേണ്ടുവോളം ആ ശരീരത്തെ തിന്ന അയാൾ പതിയെ എഴുന്നേറ്റ് പോയി. തനിക്ക് ഉണ്ടായ അപമാനം വിശ്വസിക്കാൻ പോലും കഴിയാതെ, സ്വന്തം ജീവിതം നശിച്ച ആ നിമിഷത്തേക്ക് നോക്കി കട്ടിൽ നിന്ന് മതിലിലേക്ക് ചാരി കാലുകൾ നീട്ടി അങ്ങനെ ഇരുന്നു ചേച്ചി, വസ്ത്രം പോലുമില്ലാതെ. ദേഹം കഴുകി തുടച്ചു വന്ന അയാളുടെ സാന്നിധ്യം ചേച്ചിയെ യാഥാർഥ്യത്തിലേക്ക് തിരിച്ചു കൊണ്ടു വന്നു, ചേച്ചി അയാൾ ചെയ്യുന്നതെല്ലാം നോക്കിക്കൊണ്ടിരുന്നു. ദേഷ്യവും അറപ്പും ഒഴുകിയ കണ്ണുകൾ അയാളുടെ ചലനങ്ങൾക്ക് പിന്നാലെയായി. മുഖം പാതിമറച്ച് മുന്നിലേക്ക് കിടന്ന മുടിയുടെ വിരലുകൾ ഓടിച്ചു കൊണ്ട് ചേച്ചി വീണ്ടും അതെ ചിന്തയിലേക്ക് വീണു. മുണ്ടും ഇന്നർ ബനിയനും തറയിൽ നിന്നെടുത്തുടുത് അയാൾ ചേച്ചിയെ നോക്കി. ചേച്ചി അപ്പോഴും മുടിയിലൂടെ വിരലുകൾ ഓടിച്ചുകൊണ്ടിരുന്നു, ഇമചിമ്മത്തിരുന്ന ആ കണ്ണുകളിൽ ഒന്നിൽ നിന്ന് ഒരു തുള്ളി കണ്ണീർ ഒഴുകി. ദേഹം തുടച്ചു വരൻ അയാൾ പല തവണ പറഞ്ഞിട്ടും ചേച്ചി അനങ്ങിയില്ല. അയാൾ പതിയെ ചേച്ചിയെ വാരിയെടുത്ത് കൊണ്ടുപോയി ദേഹം തുടച്ചു കൊണ്ടുവന്നു പിന്നെ പൗഡർ ഇട്ടു കൊടുത്തു, വലിച്ചൂരിയ തുണി പതിയെ ധരിപ്പിച്ചു. ചേച്ചിയുടെ മുടി വാരാൻ ചീപ്പെടുക്കാൻ ആഞ്ഞപ്പോൾ പെട്ടെന്ന് ഞാൻ നിൽക്കുന്ന ജനലിലേക്ക് നോക്കി.

ഞാൻ അവിടെ ഉണ്ടായിരുന്നില്ല, വീടിന്റെ പിന്നിലെ ചായ്പ്പിൽ ഇരുന്ന എനിക്ക് എന്താണ് അവിടെ സംഭവിച്ചത് എന്ന് മനസ്സിലാകുന്നുണ്ടായിരുന്നില്ല. കുറച്ച് കഴിഞ്ഞ് എഴുന്നേറ്റ് അവിടെ നിന്നു വീണ്ടും നടന്നു പറമ്പിന്റെ അവസാനമുള്ള മാവിന്റെ ചുവട്ടിൽ ഇരുന്നു. അപ്പോൾ എന്റെ തുടയിൽ ഒരു നനവുണ്ടായിരുന്നു, കീശയിൽ കൈയിട്ടു നോക്കി പൂച്ചപ്പഴം മുഴുവൻ ചതഞ്ഞുപോയി. ചെറുതായി മുഷിഞ്ഞ എന്റെ വെള്ള നിക്കറിന്റെ കീശയുടെ ഭാഗം പൂച്ചപ്പഴം ചതഞ്ഞു ചുമന്നു. ഇത്തവണ പുളിപ്പുണ്ടോ എന്ന് നോക്കാൻ ഞാൻ വിരൽ നുണഞ്ഞില്ല പകരം സ്വയം നിയന്ത്രിക്കാൻ കഴിയാത്ത വിധം നിറഞ്ഞൊഴുകുന്ന എന്റെ കണ്ണുകൾ ബദ്ധപ്പെട്ടു തുടക്കുക്കയായായിരുന്നു.

൭

പോലീസുകാരൻ പറഞ്ഞതനുസരിച്ച് മതിലിനോട് ചേർന്നു കിടന്ന ബെഞ്ചിൽ ഞാൻ ഇരുന്നു. കീർത്തന എന്റെ അടുത്ത് വന്നിരുന്നു. അതിയായ വിഷമത്തോടെ അവർ എന്റെ മുഖത്ത് നോക്കി, കലങ്ങിയ കണ്ണുകൾ പാതി നിറഞ്ഞിരുന്നു. ഞാൻ എന്ത് കൊണ്ടാണ് ഇങ്ങനെ ഒരു പാതകം ചെയ്തു എന്ന ചോദ്യം ആ മുഖത്തുണ്ടായിരുന്നു. ഇടി കൊണ്ട വേദയുടെയും ദേഷ്യത്തിന്റെയും ചെറിയ നിഴലൊഴിച്ചാൽ എന്റെ മുഖം നിർവികാരത നിറഞ്ഞതായിരുന്നു. കീർത്തന എന്റെ രണ്ടു കൈയും കൂട്ടി പടിച്ചു.

"ജയമ്മായി കരച്ചിൽ നിർത്തിട്ടില്ല അച്ചൂട്ടാ..." ഒന്ന് നിർത്തി.

അവരുടെ കൈ അയഞ്ഞു, നോട്ടം എന്നിൽ നിന്ന് താഴേക്ക് പോയി, തറയിൽ നോക്കി എന്നോട് ചോദിക്കാനുള്ള ചോദ്യങ്ങൾ ചിട്ടപ്പെടുന്നതായിരിക്കും. കുറ്റപ്പെടുത്തലുകളുടെ

കൊടുക്കറ്റടിക്കാൻ പോവുന്നത് ഞാൻ അറിഞ്ഞു. ഞാൻ അവരുടെ കൈ എന്റെ കൈയിൽ നിന്ന് വിടുവിച്ചു. അടുത്തതായി കേൾക്കാൻ പോവുന്ന പഴികളെ ഓർത്തു ദേഷ്യത്തോടെ തന്നെ ഞാൻ മുഖമുയർത്തി നോക്കി എന്റെ കണ്ണുകൾ കലങ്ങിയിരുന്നു പക്ഷെ ഇതെല്ലം ചെയ്തത് ഞാൻ തന്നെയാണെന്ന് ഞാൻ പറയാതെ പറഞ്ഞു. അവർ എന്തൊക്കെയോ പറഞ്ഞു തുടങ്ങി പക്ഷെ പോലീസ് സ്റ്റേഷനിലെ ഒച്ചപ്പാടുകൾക്കിടയിൽ എന്റെ ചെവിയിൽ ഒരു മൂളൽ മാത്രമേ കേൾക്കുന്നുണ്ടായിരുന്നുള്ളു, അത് ഉയർന്നു വന്നു. ജീവിതത്തിൽ ഇത് വരെ ഉണ്ടായ എല്ലാ തിക്താനുഭവങ്ങളും അതിനോടൊപ്പം എന്റെ കണ്ണിൽ മാറി മറഞ്ഞു.

"നീ അങ്ങനെയൊക്കെ ചെയ്തു എന്ന് വിശ്വസിക്കാൻ പോലും കഴിയുന്നില്ല മോനെ, ഞങ്ങളെ ഓർക്കമായിരുന്നു നിനക്ക്.." കീർത്തന നിർത്തി.

പതുക്കെ വീണ്ടും എന്റെ കൈയിൽ പിടിച്ചു. പക്ഷെ അപ്പോഴേക്കും ചെവിയിലെ മൂളൽ എന്റെ ചെവി തുളച്ചു കഴിഞ്ഞിരുന്നു. ലോകത്തോട് മുഴുവൻ യുദ്ധം ചെയ്യുന്നവനെ പോലെ ഞാൻ കത്തി. എന്റെ മനസ്സിന്റെയും നാവിന്റെയും കെട്ടുകൾ പൊട്ടി.

"മോനേ, ഗോപിമാമ.. "അവർ വീണ്ടും നിർത്തി.

ഇതൊന്നും ഞാൻ കേൾക്കുന്നില്ലായിരുന്നു, എന്നിലെ ഞാൻ അപ്പോഴേക്കും ആ മൂളലിൽ മുങ്ങിപ്പോയിരുന്നു. ഞാൻ അവരുടെ കൈകൾ തട്ടി മാറ്റി. എനിക്ക് ഉച്ചത്തിൽ അലറണം എന്നുണ്ട് പക്ഷെ ശബ്ദം കടിച്ചു പിടിച്ചു. അവരുടെ കണ്ണുകളിലേക്ക് നോക്കി, ചിലപ്പോൾ വർഷങ്ങൾക്ക് ശേഷമായിരിക്കും ഞാൻ ഒരു കള്ളവും ഇല്ലാതെ അവരുടെ കണ്ണുകളിലേക്ക് നോക്കുന്നത്. എന്റെ കണ്ണുകൾ ചുവന്നിരുന്നു ഒരു തുള്ളി കണ്ണുനീർ ഇതൊന്നും കാണാൻ

നിൽക്കാതെ രക്ഷപെടാൻ കൊതിച്ച് കൺപീലിയിൽ തങ്ങി നിന്നു. അണപൊട്ടിയൊഴുകുന്ന ദേഷ്യവും വിഷമവും കടിച്ചു പിടിച്ച ശബ്ദത്തിൽ ഞാൻ അവരോടു പറഞ്ഞു.

"ഓർക്കുന്നുണ്ടായിരുന്നു.. നിങ്ങളെ.. നിങ്ങൾ അന്ന് ചെയ്തതെല്ലാം... നീനുവും നിങ്ങളെ പോലെ വിധിയെ നോക്കി കരയുന്ന മരമണ്ടി ആണെന്ന് കരുതി" ഒന്നും മനസ്സിലാവാതെ കീർത്തന എന്നെ നോക്കി.

"നിങ്ങൾ ആരെയെങ്കിലും ഓർക്കുന്നുണ്ടായിരുന്നോ..? എന്റെ അച്ഛരൻ നിങ്ങളുടെ ഈ ശരീരം നക്കി നക്കി തുടക്കുപ്പോൾ, എന്തായിരുന്നു നിങ്ങളുടെ മനസ്സിൽ..? ഒരിക്കലല്ല കിച്ചുവെച്ചി, പല തവണ ഞാൻ കണ്ടിട്ടുണ്ട്.. "

ബാക്കി പറയുന്നത് കേൾക്കാൻ കീർത്തന അവിടെ ഉണ്ടായിരുന്നില്ല. എന്തോ പറയാൻ എടുത്ത ശ്വാസം പിന്നെ പുറത്തു വന്നില്ല. അവർ പോലും മറക്കാൻ ആഗ്രഹിച്ച അവരുടെ ജീവിതത്തിലെ മുറിവേറ്റു ജീർണിച്ച ഭാഗമാണ് ഞാൻ തോണ്ടിയത്.

ഒരു നിമിഷാർദ്ധം - എന്തു പറയണം എന്ന് എന്റെ കണ്ണിൽ നോക്കി നിന്ന പോകുന്നതിനു മുമ്പുള്ള ഒരു നിമിഷാർദ്ധം. അതിൽ ഇത്ര നാൾ അവർ അനുഭവിച്ച വേദനയും, വിഷമവും ഉണ്ടായിരുന്നു. കണ്ണുകൾകൊണ്ട് അവർ ആരോടൊക്കെയോ മാപ്പ് ചോദിക്കുന്നത് പോലെ തോന്നീ. അവർക്ക് ശ്വാസം വലിക്കാനോ മിണ്ടാനോ കഴിഞ്ഞില്ല, അവരുടെ ഹൃദയം ഇപ്പോൾ പൊട്ടുമെന്നു തോന്നി. ആ കണ്ണുകൾ നിറഞ്ഞു തുളുമ്പുന്നതിനു മുന്നേ അവർ അവിടെ നിന്നെഴുന്നേറ്റോടി. കൂടെ വന്നയാൾ എന്താണ് നടന്നത് എന്നറിയാതെ കിച്ചു എന്ന് വിളിച്ചു പിന്നാലെ പോയി.

അങ്ങനെ അച്ചുവിന്റെ കിച്ചുവെച്ചി പോയി, ചിലപ്പോൾ എന്നന്നേക്കുമായി. ഒരാളുടെ ജീവിതം കൂടി നശിപ്പിച്ചതിന്റെ തൃപ്തിയിൽ ഞാൻ പതിയെ എഴുന്നേറ്റ് എന്റെ പൂർവ

സ്ഥാനത്തേക്ക് ചെന്നു തറയിൽ കിടന്നു. സെൽ അടച്ചുകഴിഞ്ഞപ്പോൾ ഞാനോർത്തു എന്നിൽ നിന്ന് ഇപ്പോൾ ഓടി രക്ഷപെട്ടത് പോലെ അവർക്ക് അന്ന് എന്റെ അച്ഛരന്റെ അടുത്ത് നിന്ന് ആ തുറന്നു കിടന്ന വാതിൽ വഴി ഓടി രക്ഷപെടാമായിരുന്നു. യുഗാന്തരങ്ങൾക്കൊടുവിൽ അലിഞ്ഞ മഞ്ഞുമല പോലെ എന്റെ കണ്ണുകൾ നിറയാൻ തുടങ്ങി. നിറഞ്ഞൊഴുകിയ കണ്ണുനീർ തുടക്കാൻ ഞാൻ ബദ്ധപ്പെട്ടു പണ്ടെപ്പോഴോ ഒരു മാവിൻ ചുവട്ടിൽ ഇരുന്നു കരഞ്ഞ കുട്ടിയെ പോലെ.

"രമേഷ് സാറേ... അവൻ കിടന്നു കരയാണ്.. ആ സെല്ലിന്റെ കീ ഒന്നു തന്നെ... ഒരു പെണ്ണിനെ നശിപ്പിച്ചു കൊന്നിട്ട് അവന്റെ കരച്ചിൽ.." എന്നെ തല്ലിയ പൊലീസിന് ആദ്യമായി ഞാൻ കരയുന്നത് കണ്ടപ്പോൾ സഹിച്ചില്ല.

"വേണ്ട സാറേ. അവന്റെ അച്ഛരൻ മരിച്ചു.. ഇവനെ അറസ്റ്റ് ചെയ്തു കൊണ്ടുവരുപ്പോൾ.. ചങ്കു പൊട്ടിയ അയാൾ മരിച്ചേ. അത് പറയാൻ ഹോസ്പിറ്റലിൽ നിന്ന് ഓടി വന്നതാ ആ കൊച്ച്" കൂടെ ഉണ്ടായ പോലീസ് പറഞ്ഞു.

"ഓരോരുത്തന്മാർ കാരണം പാവം പെറ്റിട്ടവരുടെ ജീവിതമാണ് ഇല്ലാതാവുന്നേ.. ഇവനൊക്കെ എന്നിട് കരഞ്ഞാൽ പോരെ.." ഭീമൻ പോലീസ് ഒരു അവജ്ഞയോടെ എന്നെ നോക്കി പിന്നെ അവിടുന്ന് പോയി.

അത് കേട്ടതും പെട്ടെന്ന് എന്റെ കരച്ചിൽ നിന്നു. ഞാൻ എഴുന്നേറ്റ് എന്നെ അടച്ച അഴിയുടെ അടുത്തു ചെന്ന് നിന്നു. ഈ ലോകത്തിൽ ഒന്നിനോടും ബന്ധമില്ലാത്തവനെ പോലെ, ഒന്നും നഷ്ടപ്പെടാൻ ഇല്ലാത്തവനെ പോലെ. വല്ലാത്തൊരു ബലത്തോടെ ഞാൻ ആ കമ്പിയിൽ പിടിച്ചു. ഒരു നിമിഷമെങ്കിലും കിച്ചുവേച്ചിയുടെ അച്ചൂട്ടാനാവുമോ എന്ന് ഞാൻ പേടിച്ചിരുന്നു, പക്ഷെ ഇല്ല കാരണം ഞാൻ ഒരു റേപിസ്റ്റ് അല്ലെ.

6

ചക്ഷുശ്രവണൻ

മാർച്ച് മാസം വല്ലാത്ത ഒരു മാസം ആണ്, തലയിൽ ടാർഗെറ്റ്സും, ഫയല്സും പാമ്പുകളെ പോലെ ഇഴയുന്ന സമയം, ഏപ്രിൽ 5 വരെ എങ്കിലും ഒരു സമാധാനം ഉണ്ടാവില്ല. ജോലിയേയും കമൽ സാറിനെയും മനസാ തെറി പറഞ്ഞു അനൂപ് കുപ്പിയിൽ നിന്നും അല്പ്പം വെള്ളം കുടുച്ചു. വെള്ളം കുടിക്കുപ്പോഴും കണ്ണടയിൽ കമ്പ്യൂട്ടർ സ്ക്രീൻ തിളങ്ങി. ഭക്ഷണം കഴിച്ചിട്ട് പ്രിയയെ വിളിച്ചില്ല, തിരക്കാണ് എന്ന് രാവിലെ പറഞ്ഞത് കൊണ്ടാവും അവളും വിളിച്ചിട്ടില്ല. വീട്ടിൽ ഒറ്റയ്ക്ക് ഇരുന്നു വട്ടാവുന്നുണ്ടാവും അവൾക്ക്. വെള്ളം കുടിക്കുന്നതിനിടെ അനൂപ് ഫോൺ എടുത്തു ഒന്ന് നോക്കി, ഇല്ല വിളിച്ചിട്ടില്ല. പാവം കുറച്ചു ദിവസമായിട്ട് ഒന്നു സ്വസ്ഥമായി സംസാരിക്കാൻ പോലും പറ്റിയിട്ടില്ല. ഫോൺ തിരിച്ചു വച്ച് വീണ്ടും കംപ്യൂട്ടറുമായുള്ള മല്ലയുദ്ധം ആരംഭിച്ചു. യുദ്ധത്തിനിടയിൽ ഫോണിന്റെ ഒളിയമ്പുകൾ- ഫോൺ ഉറക്കേ ചിരിച്ചു- whatsapp ആണ്, കമൽ സാറിന്റെ തല ഒരു പാമ്പിന്റെ വാലും കൂട്ടി എഡിറ്റ് ചെയ്ത് അയച്ചിരിക്കുകയാണ് സുമൻ. സുമൻ കമ്പ്യൂട്ടർ ഡിപ്പർട്ടമെന്റിലെ ഒരു സ്റ്റാഫാണ്, മിടുക്കൻ, രസികൻ പക്ഷെ അവന്റെ ഈ തമാശയ്ക്ക് ചിരിക്കാൻ സമയം ഇല്ല.

എങ്കിലും ഒരു ചിരി തിരിച്ച് അയച്ച് അനൂപ് വീണ്ടും വർക്ക് തുടർന്നു. പക്ഷെ ഫോൺ സമ്മതിക്കുന്നില്ല വീണ്ടും വന്നു വേറൊരു പാമ്പ്, ഇപ്പോൾ തന്റെ സീനിയറായ രഞ്ജിനിയാണ് പാമ്പിന് തല സമ്മാനിച്ചിരിക്കുന്നത്. അനൂപിന് ദേഷ്യം വന്നു, സുമനു വേറെ ഒരു പണിയും ഇല്ലേ എന്നായി. ഫോൺ സൈലന്റ് ആക്കി വച്ചു, ഫോൺ വായ മൂടി ഇരുട്ടിലേക്ക് വിഴുന്നതിനു തൊട്ടു മുന്പ് ബ്രഹ്മാസ്ത്രം പുറത്തെടുത്തു, പ്രിയയുടെ മുഖം സ്ക്രീൻ ബാക്ക്ഗ്രൗണ്ടിൽ കാണിച്ചു. അനൂപ് ഫോൺ എടുത്തു, പ്രിയയെ വിളിക്കാൻ മനസ് പറയുന്നു. അയാൾ പ്രിയയെ വിളിച്ചു, എന്തായാലും പ്രിയ ഫോൺ എടുത്തില്ല. അയാൾ ഒരു മെസ്സേജ് അയച്ച് വീണ്ടും ജോലി തുടർന്നു.

വീണ്ടും കണക്കുകളും അക്കങ്ങളും വായുവിൽ നീന്തി തുടിച്ചു, കീബോർഡ് വിരലുകളുടെ മർദ്ദനം ഏറ്റു കരഞ്ഞു. പെട്ടെന്നു എന്തോ ഒരു മിന്നൽ അയാളുടെ ഉള്ളിൽ പാഞ്ഞു. അയാൾ കമ്പ്യൂട്ടറിൽ നിന്നു കണ്ണെടുത്തു, അപ്പോഴേക്ക് ഫോൺ വിറച്ചു കൊണ്ട് അയാളെ വിളിച്ചു. നോക്കിയപ്പോൾ പ്രിയയാണ്, അയാൾ കുറച്ചുകൂടി ടൈപ്പ് ചെയ്തു ഫോൺ കൈയിൽ എടുത്തു. അയാൾ കോൾ എടുക്കുന്നതിനു മുന്നേ തന്നെ അത് കട്ടയിരിന്നു. പ്രിയയുടെ മൂന്ന് മിസ്സ്ഡ് കോളുകൾ ഉണ്ടായിരുന്നു, ഇത്ര അടുതിരുന്നിട്ടും ഫോൺ വൈബ്രേറ്റ് ചെയ്തത് അറിഞ്ഞില്ലേ എന്ന് അയാൾ ഓർത്തു.

"മൂന്നു തവണയോ..?" അയാൾ പ്രിയയുടെ നംബർ ഡയൽ ചെയ്തു.

റിവോൾവിംഗ് ചെയറിൽ ഒന്നു തിരിച്ചു, ഫോൺ റിംഗ് ചെയ്യുന്നതിനിടെ അയാൾ കണ്ണാടിയിലൂടെ പുറത്ത് നോക്കി എല്ലാവരും ജോലി ചെയ്യുന്നത് കാണാം. അപ്പുറത്ത് കണ്ണാടി കൂട്ടിൽ കമൽ സാർ ഇല്ല. കുറച്ചു റിംഗ് ചെയ്ത ശേഷം പ്രിയ ഫോൺ എടുത്തു പക്ഷെ ഒന്നും പറഞ്ഞില്ല.

"അഹ്, എടി ഞാൻ തിരക്കിലാ അതാ വിളിക്കതിരുന്നേ? നീ ഭക്ഷണം കഴിച്ചോ?" ഇതെല്ലാം ചോദിക്കുന്നതിനിടയിൽ അയാൾ തിരിഞ്ഞ് കുറച്ചു കൂടി ടൈപ്പ് ചെയ്തു.

"ങും" അവിടെന്നു മറുപടി വന്നു.

"എടി ഞാനേ ഇറങ്ങുപ്പോൾ വിളിക്കാം, വല്ലതും വാങ്ങാൻ ഉണ്ടെങ്കിൽ അപ്പോൾ പറഞ്ഞാൽ മതി, OK?"

"ങും.."

"എന്നാൽ ശരി, ഞാൻ പിന്നെ വിളിക്കാം, bye" അനൂപ് പുറത്ത് കമൽ സാറിനെ കണ്ടു പെട്ടെന്നു ഫോൺ വച്ച് വീണ്ടും ടൈപ്പ് ചെയ്യാൻ തുടങ്ങി.

പ്രിയയുടെ വെറുതെയുള്ള മൂളൽ അയാളെ അസ്വസ്ഥനാക്കി. കമൽ സാർ പോയതും അയാൾ ഫോൺ എടുത്തു വീണ്ടും പ്രിയയെ വിളിച്ചു. ചുമ്മാ ഒന്നു തല്ലുപിടിക്കാതേയോ, അന്നു നടന്ന എന്തെങ്കിലും സംഭവം പറയാതെയോ സാധാരണ അവൾ ഫോൺ വെക്കാറില്ല. അധികം റിംഗ് ചെയ്യാതെ തന്നെ ഇത്തവണ പ്രിയ ഫോൺ എടുത്തു.

"എന്തു പറ്റിയെടി, നേരത്തേ വിളിച്ചപ്പോൾ നീ ഒന്നും മിണ്ടിയില്ലല്ലോ" അനൂപ് സ്ക്രീനിൽ നിന്ന് കണ്ണെടുത്തു.

"ഒന്നും ഇല്ലാ" പ്രിയ ക്ഷീണിച്ച ശബ്ദത്തിൽ പറഞ്ഞു.

"എന്താ പറ്റിയേ, എന്തെങ്ങിലും പ്രശ്നം ഉണ്ടോ?" അനൂപ് നെറ്റി ചുളുക്കി താഴേക്ക് നോക്കി, ശബ്ദം താഴ്ത്തി ചോദിച്ചു.

"ഇല്ല.. ഒന്നുമില്ല, ഞാൻ തുണി അലക്കി വെള്ളം കളയാൻ വീടിന്റെ തെക്കേ മൂലയിലേക്കു പോയതാണ്..." അവൾ ഒന്നു നിർത്തി, അനൂപിനു ക്ഷമകെട്ടു.

"നീ എന്താ വീണോ..? നിന്നോടു പല തവണ പറഞ്ഞിട്ടില്ലേ അങ്ങോട്ട് ഒന്നും പോവരുത് എന്ന്. കാടുപിടിച്ചു കിടക്കുന്ന സ്ഥലം ആണ് പിന്നെ അവിടെ കല്ലിൽ വഴുക്കൽ ഉണ്ടാവും" അനൂപിന് ദേഷ്യം കൂടി വന്നു.

"അതല്ല, ഞാൻ വെള്ളം കളഞ്ഞപ്പോൾ... ഒരു പാമ്പ് ഇഴഞ്ഞു പോയി." അവൾ പ്രയാസപ്പെട്ടു പറഞ്ഞു.

"അതിനിപ്പോൾ എന്താ നീ പേടിച്ചോ?? ഇത്ര ചെറിയ കാര്യത്തിന് വെറുതേ പേടിക്കുന്നത് എന്താ പ്രിയേ? അത് നിന്നെ കടിച്ചോന്നും ഇല്ലാലോ". അനൂപ് പതിയേ കസേരയിൽ നിന്ന് എഴുന്നേറ്റ് നെറ്റി തടവി.

"അല്ല ഇപ്പോൾ ചെറിയ തല കറക്കം, നോക്കിയപ്പോൾ കാൽ പാദത്തിൽ ചെറിയ മുറിവുണ്ട്." അവൾ പ്രയാസപ്പെട്ട് പറഞ്ഞു. അനൂപിന് നിന്ന നിൽപ്പിൽ രക്തം വാർന്ന് തീർന്ന പോലെ തോന്നി, മേശയിൽ കൈ താങ്ങി നിന്നുപോയി. അയാൾക്ക് എന്താ പറയേണ്ടത് എന്നറിയാതെയായി.

"മോളേ നീ എന്താ പറയുന്നേ..? നീ എന്നിട്ട് അവിടെ തന്നെ കിടക്കുവാണോ? രാജി ചേച്ചി ഉണ്ടോ അപ്പുറത്ത്? നീ വേഗം അവരെ വിളിച്ചു ഹോസ്പിറ്റലിൽ പോകൂ ഞാൻ ഉടനെ വരം." അനൂപ് കമ്പ്യൂട്ടർ ഓഫ് ചെയ്തു കമൽ സാറിന്റെ കാബിനിലേക്ക് നോക്കി.

"രാജി ചേച്ചി അവിടെ ഇല്ല, മാളുട്ടിയെ കൊണ്ടുവരാൻ സ്കൂളിൽ പോയി. എനിക്ക് കുഴപ്പം ഇല്ല, ഇതു പാമ്പ് കടിച്ചതോന്നും അല്ലാ".

"മോളേ, ഒരു പത്ത് മിനിറ്റ് ഞാൻ ഇപ്പോൾ വരാം നീ കാലു നന്നായി ഒന്ന് കെട്ടി വെക്ക്, ഞാൻ ദേ ഇറങ്ങുവാണ് " അനൂപ് ഫോൺ വച്ച് കമൽ സാറിന്റെ കാബിനിലേക്ക് ഓടി.

"അനൂപ് സാറേ, പാമ്പ് എങ്ങനുണ്ട്..? എല്ലാവരുടേം പാമ്പ് ഞാൻ ഇന്ന് റിലീസ് ചെയ്യുന്നുണ്ട് " സുമൻ പുറകിൽ നിന്ന് വിളിച്ചു പറഞ്ഞു.

"പാമ്പ്.. അവന്റെ.." അനൂപ് പിറുപിറുത്തു കൊണ്ട് കമൽ സാറിന്റെ കാബിനിൽ ഓടിക്കയറി.

"എന്താ അനൂപേ? എന്ത് പറ്റി?" സാധാരണയിൽ നിന്ന് വ്യത്യാസമായി അനൂപ് കാബിനിൽ ഓടി കയറിയത്

കണ്ടപ്പോൾ കമൽ ചോദിച്ചു.

"സാർ എനിക്ക് അത്യാവശ്യമായി ലീവ് വേണം. കാര്യം ഞാൻ പിന്നെ പറയാം" അനൂപ് അത് പറഞ്ഞ് തിരിച്ചു ഇറങ്ങാനുള്ള ഭാവത്തിൽ നിന്നു.

"എടോ.. ഈ സമയത്ത് ലീവ് എന്ന് പറഞ്ഞാൽ.." അനൂപിന്റെ മുഖം കണ്ടത്തും കമൽ നിർത്തി.

"ശരി പോയ്ക്കോ, താൻ ആയതു കൊണ്ടാണ് പക്ഷെ നാളെ ജോലി മുഴുവൻ തീർത്തു ഫയൽസ് തന്നേക്കണം കേട്ടല്ലോ?" കമൽ ഇതു പറഞ്ഞു തീരുപ്പോഴേക്കും അനൂപ് കാബിനു പുറത്തു വന്നിരുന്നു.

ആരോടും ഒന്നും പറയാതെ അയാൾ പുറത്തേക്ക് ഓടി. ബൈക്ക് സ്റ്റാർട്ട് ആക്കി അയാൾ ഫോൺ എടുത്തു ഒന്നു കൂടി പ്രിയയെ വിളിച്ചു.

"മോളേ, നിനക്ക് കുഴപ്പം ഒന്നും ഇല്ലാലോ? ഞാൻ ദേ വരുവാണ്"

"എനിക്ക് കുഴപ്പമൊന്നും ഇല്ല, ഫോൺ ചെയ്തുകൊണ്ട് വണ്ടി ഓടിക്കല്ലേ. വാതിൽ തുറന്നു തന്നെയാ കിടക്കുന്നേ, അനൂപ് ഒന്ന് പെട്ടെന്നു വന്നാൽ മതി" അവൾ വിഷമിച്ചു ഒരു വിധത്തിൽ പറഞ്ഞു.

അനൂപിന്റെ ബൈക്ക് റോഡിലൂടെ പാഞ്ഞു. ഇരയെ വിഴുങ്ങു വിശ്രമിക്കുന്ന ഒരു നെടുനീളൻ പാമ്പിനെ പോലേ റോഡ് നീണ്ടു നിവർന്നു കിടന്നു, വെയിലിൽ അതിന്റെ തൊലികൾ തിളങ്ങി. വീടിന്റെ തെക്കേ മൂലയിലെ കാടുപിടിച്ച് കിടക്കുന്നത് വൃത്തിയാക്കണം എന്ന് ആ വീട് എടുത്തപ്പോഴേ തോമസുകുട്ടി ചേട്ടനോട് പറഞ്ഞതാണ്. ആ കാടും അതിന്റെ അടുത്തുകൂടി പോകുന്ന മണ്ണിൽ വെട്ടിയുണ്ടാക്കിയ അവരുടെ ഒരു ചെറുതോടും.. അനൂപിന് ഓർക്കുപ്പോൾ തന്നെ ദേഷ്യം വന്നു.

രണ്ടാഴ്ച്ച മുൻപ് രാവിലെ കണി കണ്ടത് തന്നെ കുടവയറിൽ ഒരു മുണ്ട് മാത്രം വലിച്ചുകെട്ടി ഒരു വടിയിൽ പാമ്പിനെ കൊന്നു തൂക്കി പിടിച്ചു നില്ക്കുന്ന തോമസുകുട്ടി ചേട്ടനെയാണ്. അന്ന് വൈകിട്ട് മാളുട്ടിയെ കളിപ്പിക്കുപ്പോൾ പ്രിയ രാജിചേച്ചിയോടു തെക്കേ മൂല വൃതിയക്കുന്നതിനെ പറ്റി പറഞ്ഞതുമാണ്. ഈ ഞായറാഴ്ച്ച എന്തു വന്നാലും ആ കാട് വൃതിയക്കിയിട്ടെ ഉള്ളു. അനൂപ് വണ്ടി കുറച്ചുകൂടി വേഗത്തിൽ ഓടിച്ചു.

വണ്ടി ഒന്ന് നിർത്തി പ്രിയയെ വിളിച്ചാൽ കൊള്ളാം എന്നുണ്ട് അനൂപിന് പക്ഷെ ആ സമയം കൂടി കളയാൻ വയ്യ. രാജിചേച്ചിക്ക് ഒരു ഫോൺ വാങ്ങി കൊടുക്കാൻ ഈ തോമസുകുട്ടി ചേട്ടന് എന്താ പ്രശ്നം, തോമസുകുട്ടി ചേട്ടൻ ചെറിയ ഒരു സംശയരോഗി ആണെന്ന് പ്രിയ പറഞ്ഞത് ശരി ആണെന്ന് അനൂപിനും തോന്നി. വീട്ടിൽ എത്തുമ്പോഴേക്ക് രാജി ചേച്ചി വരണേ എന്ന് അനൂപ് മനസ്സുകൊണ്ട് പ്രാർത്ഥിച്ചു. രാജി ചേച്ചിയുള്ളത് ഒരു സഹായം ആയിരിക്കും അതു മാത്രമല്ലാ അവരുടെ കാറിൽ പ്രിയയെ ഹോസ്പിറ്റലിൽ കൊണ്ടു പോവുകയും ചെയ്യാം.

വീടിന്റെ മുറ്റത്ത് വണ്ടി സ്റ്റാർട്ട് ഇട്ട് അനൂപ് ഓടി, വാതിൽ തുറന്നു തന്നെയാണ് കിടന്നത്. അനൂപ് മുറിയിൽ ചെന്നപ്പോൾ പ്രിയ കിടക്കുന്നു, കാലിന്റെ പാദത്തിൽ ഒരു ചെറിയ കെട്ടുണ്ട്. അനൂപ് അടുത്ത് ചെന്നതും പ്രിയ കണ്ണ് തുറന്നു, അവളുടെ മുഖത്ത് ചെറിയ വിളർച്ച ഉള്ളത് പോലെ അയാൾക്ക് തോന്നി. അനൂപ് പ്രിയയുടെ അടുത്തിരുന്നു തലയിൽ ചെറുതായി തടവി, അവൾ ഒന്ന് ചിരിക്കാൻ ശ്രമിച്ചു. അയാൾ പതുകെ അവളുടെ കാലിലെ കെട്ടിൽ തൊട്ടു.

"മോളേ ഞാൻ ഇപ്പോൾ വരാം രാജിചേച്ചി വന്നിട്ടുണ്ടെങ്കിൽ നമുക്ക് അവരുടെ കാറിൽ പെട്ടെന്ന് ആശുപത്രിയിൽ പോകാം" അയാൾ അവളുടെ നെറ്റിയിൽ ഒരു

ഉമ്മ വച്ച് എഴുന്നേൽക്കാൻ ഭാവിച്ചു.

പ്രിയ പെട്ടെന്ന് അയാളുടെ കൈയിൽ പിടിച്ചു അടുത്തിരുത്തി.

"എന്നെ ഒന്ന് കെട്ടിപ്പിടിക്കുമോ?" അവൾ പതുകെ പറഞ്ഞു.

"മോളേ നമ്മുക്ക് പെട്ടെന്ന്.." അയാൾ വീണ്ടും എഴുന്നേൽക്കാൻ തുടങ്ങി.

പക്ഷെ അവൾ കൈ വിടതിരുന്നത് കൊണ്ട് അയാൾ അവളെ കെട്ടിപ്പിടിച്ചു. അവൾക്ക് ചൂട് കൂടിയത് പോലെ തോന്നി അനൂപ് അവളുടെ നെറ്റിയിൽ കൈ വച്ച് നോക്കി.

"എന്റെ കൂടെ ഒന്ന് കിടക്കാമോ പ്ലീസ്" അവൾ പതിഞ്ഞ ശബ്ദത്തിൽ കെഞ്ചി.

അവളേയും വാരി എടുത്തുകൊണ്ട് ഹോസ്പിറ്റലിലേക്ക് ഓടണം എന്ന് അയാൾക്ക് ഉണ്ടായിരുന്നു പക്ഷെ ഇപ്പോൾ അയാൾ അവൾ പറഞ്ഞത് കേട്ട് അവളുടെ കൂടെ കെട്ടിപിടിച്ച് കിടന്നു.

"എനിക്ക് എന്റെ കെട്ടിയവന്റെ കൂടെ കുറെ നാൾ ജീവികണം.." അവൾ അയാളെ കുറച്ചു കൂടി ശക്തിയായി കെട്ടിപ്പിടിച്ചുകൊണ്ട് പതുക്കെ ചെവിയിൽ പറഞ്ഞു തുടങ്ങി.

"..അയാളുടെ രണ്ടു കുട്ടികളെ എങ്കിലും വളർത്തണം, അതിൽ ഒന്ന് ഇപ്പോൾ നമ്മുടെ കൂടെ ഉണ്ട്". അയാൾക്ക് ഒന്നും മനസ്സിലാകുന്നില്ല, അയാൾ പതുക്കെ തലപൊക്കി ചോദിച്ചു.

"എന്താ..? കുഞ്ഞോ..? എടി.. നീ പാമ്പ്.. അപ്പോൾ പാമ്പ്..!!?"

"പാമ്പ്.. നിങ്ങളുടെ തല. ഈ മണ്ടനു പറഞ്ഞാലും മനസ്സിലാവില്ലേ?" അവൾ ചിരിച്ചു.

സത്യം മുന്നിലേക്ക് തെളിഞ്ഞു വരുമ്പോൾ അയാളുടെ ഉള്ളിൽ ഊതി നിറച്ച ടെൻഷനും പേടിയും ദേഷ്യവും എല്ലാം

ഒരു നിശ്വാസമായി പുറത്തേക്ക് പോയി. അയാൾ ചാടി എഴുന്നേറ്റ് ഒന്ന് നിവർന്ന് മുകളിലേക്ക് നോക്കി.. ഉള്ളിൽ ദൈവത്തിനു നന്ദി പറഞ്ഞു, ഒന്ന് കൂടി ഒരു ദീർഘനിശ്വാസം എടുത്തു. പറ്റിച്ചതിനു അവളുടെ മുഖത്ത് ഒരു അടി കൊടുക്കണോ അതോ കുഞ്ഞുണ്ടാകുന്നതിനു ഒരു ഉമ്മ കൊടുക്കണോ എന്നാ ചിന്തയിലായി അയാൾ, വീണ്ടും അവളെ കെട്ടിപ്പിടിച്ചു. അപ്പോഴേക്കും പ്രിയ വീണ്ടും തുടർന്നു.

"എന്തായിരുന്നു.. എടി, പോത്തെ, കഴുതേ എന്നൊക്കെ മാത്രം വിളിക്കുന്ന നാവിൽ.. മോളേ എന്ന് വിളിക്കുപ്പോൾ തേനും പാലും ഒഴുകുവയിരുന്നില്ലേ.." സ്വന്തം ഭർത്താവിനെ ഒരു കൊല്ലം, അല്ല ഒരു ജീവിതകാലം മുഴുവൻ കളിയാക്കാനുള്ള വക കിട്ടിയതിന്റെ സന്തോഷത്തിൽ ആയിരുന്നു അവൾ. അപ്പോഴേക്കും ഫോൺ ഇടപെട്ടു, അത് വീണ്ടും ചിലച്ചു, അവരുടെ സന്തോഷത്തിൽ പങ്കുചേരുന്ന പോലെ. നടന്ന സംഭവത്തിന്റെ അമ്പരപ്പ് മാറാതെ അയാൾ ഫോൺ എടുത്തു നോക്കിയപ്പോൾ വീണ്ടും സുമനാണ്, ഇപ്പോൾ പാമ്പിന്റെ തല അനൂപിന്റെതാണ്. അത് കണ്ട് രണ്ടുപേർക്കും ചിരി നിരത്താൻ പറ്റിയില്ല.

"എന്തായാലും ഇന്ന് നിന്നെ കടിക്കുന്ന പാമ്പ് ഞാനാണ്.." അത് പറഞ്ഞ് അയാൾ അവളുടെ കഴുത്തിൽ കടിച്ചു.

നാണത്താൽ ചുവന്ന മുഖം അവൻ ചുംബിച്ചു. ഉള്ളിൽ ടാർഗറ്റ്സിന്റെയും ഫയൽസിന്റെയും പാമ്പുകൾ ഇഴഞ്ഞു നീങ്ങി പുറമെ വസ്ത്രങ്ങളും. ഫോൺ എന്തോ ഒന്നും അറിയാത്തവനെ പോലെ കട്ടിലിൽ എവിടെയോ മാറി കിടന്നു.

7

ഒരു വെള്ളമടി പാർട്ടി

വേനൽ എന്ന പേരിൽ സൂര്യൻ ആ രണ്ടു നില വീടിന്റെ ടെറസിനെ വല്ലാതെ മർദിച്ചു. ആ ചൂടിൽ വീടിന്റെ ആത്മാവ് ചെറു പൊടികളായി മുകളിലേക്ക് പൊങ്ങി, ഒരു ചെറു കാറ്റ് പോലും അതിനെ ഏറ്റെടുത്തു കൊണ്ട് പോയില്ല. ഇതൊന്നും ശ്രദ്ധിക്കാൻ നിൽക്കാതെ ടെറസിന്റെ മൂലയിൽ ആ നാലു ചെറുപ്പക്കാർ ഇരുന്നു. അവർ എല്ലാം പല അച്ഛൻ-അമ്മമാരുടെ മക്കൾ ആയിരുന്നെങ്കിലും സൗഹൃദത്തിന്റെ സുവർണ്ണനൂലാൽ ചേർക്കപ്പെട്ടവർ അല്ലങ്കിൽ കുടുക്കപ്പെട്ടവർ ആയിരുന്നു.

ഒന്നാമൻ കൂട്ടത്തിലെ എന്തിനും മുന്നിൽ നിൽക്കുന്നവൻ, ഒരു തലവൻ ആണ്. രണ്ടാമൻ ഒരു മന്ത്രി സ്ഥാനനാണ്, ഒന്നാമൻ ഉള്ളത് കൊണ്ട് മാത്രം ഒരു പാടി താഴെ പോയ ആൾ. മൂന്നാമൻ കൂട്ടത്തിലെ സ്റ്റൈലൻ ചെക്കൻ, പലപ്പോഴും ഫോണിലാണ്. നാലാമൻ ഒരു കൊതിയനായ വക്രബുദ്ധിക്കാരനായ കോമാളി. അവർ നാലുപേരും ദാഹം മാറ്റുകയാണ്, പണ്ടാരോ വച്ചിട്ട് വിള നൽകാത്തതിന്റെ പേരിൽ മരണ ഭീക്ഷണി നേരിടുന്ന ഒരു തെങ്ങിന്റെ തണലിലാണ് അവർ വട്ടംകൂടി ഇരുന്നു കുടിക്കുന്നത്.

ഒന്നാമൻ തന്റെ ഷർട്ടിന്റെ ബട്ടൻസ് പാതി വരെ അഴിച്ചിട്ട് കോളർ വലിച്ചു പുറകെക്കിട്ടു, കാൽ നിവർത്തി കസേരയിലേക്ക് ചാരി ഇരുന്നു. രണ്ടാമൻ തനിക്ക് ഒഴിച്ച റം ഒറ്റ വലിയിൽ അകത്താക്കി ഗ്ലാസ് വച്ച്, അതിന്റെ വീര്യം നാക്കിൽ നിന്ന് ഊതി കളഞ്ഞു. മൂന്നാമൻ ഒരു സിഗരെറ്റിന്റെ പുകയിൽ ആത്മപ്രീയയ്ക്ക് മെസ്സേജ് അയക്കുന്നു. നാലാമൻ കുറച്ചു മിക്സ്ച്ചർ വായിലേക്കിട്ട് ചോദിച്ചു.

"അളിയാ, നീ താഴെ പോയി ഒന്ന് നോക്ക്, എന്തായി എന്ന് അറിയില്ലാലോ!"

"എടാ, പരുപാടി തുടങ്ങുപ്പോൾ അറിയാൻ പറ്റും, നീ ചുമ്മാ ഇരിക്ക്" ഒന്നാമൻ പാതി തീർന്ന കുപ്പിയിൽ നിന്ന് ഗ്ലാസ്സിലേക്ക് ഒരു ബാർ അറ്റെണ്ടരുടെ സൂക്ഷ്മതയോടെ റം ഒഴിച്ച് കൊണ്ട് പറഞ്ഞു.

ആ മറുപടിയിൽ സന്തുഷ്ടനായി നാലാമൻ തന്റെ ബിയർ നുകർന്നു കുറച്ചു കൂടി മിക്സ്ച്ചർ എടുത്തു വായിലേക്കിട്ടു.

"ഡാ.. നീ ആ ടച്ചിങ്സ് തീർത്താൽ കൊല്ലും കേട്ടോ.." രണ്ടാമൻ പാക്കറ്റിൽ നിന്ന് ഒരു സിഗററ്റ് എടുക്കുന്നതിനു ഇടക്ക് പറഞ്ഞു. നാലാമൻ കുറച്ച് കൂടി മിക്സ്ച്ചർ വായിലിട്ട് ചിരിച്ച് കാണിച്ചു

"എടാ അവൾ വന്നിട്ടുണ്ടോ?" രണ്ടാമൻ സിഗരെറ്റിന്റെ അറ്റം കത്തിച്ചു ഒരു പുകയെടുത്തു ഊതിക്കൊണ്ട് ചോദിച്ചു. പെട്ടെന്ന് എല്ലാവരും രണ്ടാമനെ നോക്കി, മൂന്നാമൻ ഫോണിൽ നിന്ന് തലയെടുത്ത് തന്റെ ഉത്തരത്തിനു പ്രതിക്ഷിക്കുന്ന രണ്ടാമനെ നോക്കി.

"ടീനയാണോ? അവൾ, അവളുടെ മമ്മിടെ ഒപ്പം കാറിൽ നിന്ന് ഇറങ്ങുന്നത് നീയും കണ്ടതല്ലേ..?" മൂന്നാമൻ പറഞ്ഞു.

"അവൾ അല്ലടാ.. ഓഡിറ്റയുടെ കാര്യം ആണ് ഇവൻ ചോദിക്കുന്നെ" ഒന്നാമൻ ഒരു കള്ളച്ചിരിയോടെ പറഞ്ഞു.

"അതെന്നോട് ചോദിച്ചിട്ട് എന്താ കാര്യം, ഞാൻ അവളുടെ മാപ്പിള ഒന്നുമല്ല വന്നിട്ടുണ്ടോ എന്ന് പറയാൻ" മൂന്നാമൻ പുക ഊതി കളഞ്ഞ് അവന്റെ ഗ്ലാസിലെ പങ്കെടുത്തു കുടിച്ചു.

നാലാമൻ ഇതിന്റെ എല്ലാം രസം പിടിച്ച് കുറച്ചു കൂടി ബിയർ അകത്താക്കി ചിരിച്ചു. നെറ്റിയിലെ വിയർപ്പ് തള്ള വിരൽ കൊണ്ട് തുടച്ചു കളഞ്ഞുകൊണ്ട് ചിരിച്ചു.

"എന്നാലും അവൾ നല്ല പണിയ തന്നെ അല്ലെ അളിയാ.." നാലാമൻ കുറച്ചു കൂടി ഉച്ചത്തിൽ ചിരിച്ചു.

മൂന്നാമന് നല്ല ദേഷ്യം വരുന്നുണ്ട് എന്ന് ബാക്കി ഉള്ളവർക്ക് മനസ്സിലായി അവർ എരിയുന്ന തീയിൽ കുറച്ചു റം ഒഴിച്ച് കൊടുത്തു. അവൻ അത് ഒറ്റ വലിക്ക് കുടിച്ച് ഒരു പുകയും കൂടി എടുത്തു.

"അവൾക്കിട്ട് പണിയാൻ ഉള്ളത് എന്റെ കൈയിൽ ഇല്ല എന്നാണോ നീയൊക്കെ വിചാരിച്ചത്.. വേണ്ട എന്ന് വച്ചിട്ടാ." അവൻ ഫോൺ പൊക്കി കാണിച്ചു,

"മച്ചാനെ, നമ്മളെ കൂടി കാണിക്കെടാ" പൊള്ളുന്ന വെയിലിൽ, ബിയറിനെക്കൾ തണുപ്പും കിക്കും കിട്ടുന്ന നഗ്നതക്കായി നാലാമൻ ചുണ്ടിലൂടെ ഒഴുകുന്ന ബിയർ തുടച്ചുകൊണ്ട് ചോദിച്ചു.

"ഒന്ന് പോടാ, എപ്പോൾ ഒരുത്തി ഉണ്ട്, സമാധാനമായി ജീവിക്കുവ, ഇനി നീ അത് നിന്റെ കൈലേക്ക് എടുത്തു അത് പിന്നെ പോയി.. പോയി.. എനിക്ക് ഇപ്പോൾ ഉള്ള സമാധാനം കൂടി പോകും" മൂന്നാമൻ ഫോൺ പെട്ടെന്ന് പോക്കറ്റിൽ ഇട്ടു.

നേരിട്ട് പരിചയം ഉള്ള ഒരു പെണ്ണിന്റെ നഗ്നത ഒരു സുഖമുള്ള കാര്യം ആണ്, രണ്ടാമൻ സിഗരെട്ട് താഴെ ഇട്ടു ചവിട്ടി മൂന്നമനോട്

"അളിയാ, ഒന്ന് കാണട്ടെടാ ഞങ്ങളും. നീ അയക്കുവോന്നും വേണ്ട ചുമ്മാ കാണിച്ചാൽ മതി"

"അളി.. ഒന്ന് കാണിക്ക് ഞങ്ങളെ അല്ലേ.." ഒന്നാമൻ മുന്നിലേക്ക് ഒന്ന് ഊന്നി ഇരുന്ന് പറഞ്ഞു. ഒന്നാമൻ കൂടി പറഞ്ഞപ്പോൾ മൂന്നാമൻ ഒന്ന് ആലോചിച്ചു

"നീ പറയുന്ന കൊണ്ടാ.." ഒന്നാമനെ ഒന്ന് നോക്കികൊണ്ട്, പിന്നെ നാലാമനെ നോക്കി

"അല്ലാതെ ഈ പൊട്ടന്മാരെ കാണിച്ചാൽ ശരിയാവില്ല"

അവൻ പോക്കെറ്റിൽ നിന്ന് ഫോൺ എടുത്തു, അതിൽ ഇപ്പോഴത്തെ ആത്മപ്രിയയുടെ നാലോ അഞ്ചോ മെസ്സേജുകൾ അവന്റെ വായന കാത്തു കിടക്കുന്നുണ്ടായിരുന്നു. അവൻ അതൊന്നും ശ്രദ്ധിക്കാതെ തന്നെ മറ്റു മൂന്നുപേരും ഏൽപിച്ച ജോലിയിൽ വ്യാപൃതനായി. അവൻ എവിടെയൊക്കയോ പാസ്സ്‌വേർഡ് ടൈപ്പ് ചെയ്തും ടച്ച് സ്ക്രീനിൽ ചതുരങ്ങളും കളങ്ങളും വരച്ചും ഒരു രഹസ്യാന്വേഷണ ഉദ്യോഗസ്ഥന്റെ മികവോടെ ഒരു ഫോൾഡർ തുറന്നു. ഒഡിറ്റയുടെ ശരീരം വസ്ത്രങ്ങളോടെയും ഇല്ലാതെയും ആ സ്ക്രീനിൽ തിളങ്ങി നിന്നു, ബാക്കിയുള്ളവരുടെ കണ്ണുകൾ കൃമി കണക്കെ അതിനെ കാർന്നു തിന്നു. നാലാമൻ വികാരങ്ങളുടെ മലകയറ്റത്തിൽ ഫോണിൽ കയറി പിടിച്ചു.

"അത് വിട്ട് പിടിക്ക് മച്ചാനെ.." മൂന്നാമൻ ആ കൈ തട്ടി മാറ്റി, എന്നിട്ട് ഒന്നാമനെ നോക്കി,

"അപ്പോഴേ ഞാൻ പറഞ്ഞില്ലേ ഈ പുളുന്താനെ ഇതൊന്നും കാണിക്കാൻ കൊള്ളില്ല എന്ന് " അവൻ ഫോൺ ഭദ്രമായി പോക്കെറ്റിൽ ഇട്ടു.

ഒന്നാമൻ ഒന്ന് ചിരിച്ചു എന്നിട്ട് ബാക്കിയിരുന്ന റം കൂടി മോന്തി. ഒരു വെടിക്കെട്ട് കണ്ട സന്തോഷത്തിൽ നാലാമൻ ഒരു ബിയർ കൂടി പൊട്ടിച്ചു. സൂര്യൻ അവർക്ക് മേൽ കൂടുതൽ അസ്ത്രങ്ങൽ അയക്കാൻ നോക്കി ഒരു വൃദ്ധൻ തെങ്ങ് അത് തടഞ്ഞു ആ നാല് പേരെയും കാത്തു. വെയിൽ തന്റെ

കസേരയിൽ തട്ടുന്നതറിഞ്ഞ് രണ്ടാമൻ ഒന്ന് പൊങ്ങി കസേര നീക്കി എന്തോ കണ്ടുപിടിച്ച സന്തോഷത്തിൽ.

"എടാ, അതിൽ ആ ബാത്ത് റൂം പിക് ഇല്ലേ? അതിൽ അവൾക്ക് നമ്മുടെ ഒരു സിനിമ നടിയുടെ ലുക്ക് ഇല്ലേ?" രണ്ടാമൻ ചോദിച്ചു. ഇത് കേട്ടതും നാലാമൻ മുന്നിലേക്ക് അഞ്ഞുകൊണ്ട്

"പ്രിയയുടെ അല്ലെ! എനിക്കും തോന്നി" താൻ പറയാൻ തുടങ്ങിയ കാര്യം വേറൊരാൾ പറഞ്ഞത് കേട്ട് അവന്റെ കണ്ണുകൾ വിടർന്നിടുന്നു.

ഒന്നാമൻ അവർ പറയുന്ന കാര്യം അത്ര മനസ്സിലാവാത്തത് കൊണ്ട് രണ്ടു പേരെയും മാറി മാറി നോക്കി എന്നിട്ട് രണ്ടാമനോട്

"ഏതു പ്രിയ..?? ഫ്രണ്ട്സ് ഫോർ എവെർ എന്നാ മൂവിലെ പെണ്ണാണോ ...?? ഒന്ന് പോടാ.." ഒന്നാമൻ വീണ്ടും കുടിച്ചു.

"അതെ അവൾ തന്നെ, നീ മരിയാതയ്ക്കു ഒന്ന് കൂടി അത് കണ്ടു നോക്ക്, അവളെ പോലെ തന്നെ ഉണ്ട് " നാലാമന്റെ കണ്ണിൽ അവളുടെ ഫോട്ടോസ് മാറാതെ നിൽക്കുകയായിരുന്നു.

"ചെറിയ ഒരു സിമിലരിടീസ് ഒക്കെ ഉണ്ട് " മൂന്നാമൻ ഒന്ന് നിശ്വസിച്ചു, എന്തോ ഒരു ഓർമ്മയിൽ ആണ്ട പോലെ ഒരു പുകകൂടി എടുത്തു.

"നമ്മുക്ക് രണ്ടിന്റേം പിക്സ് ചേർത്ത് ഒന്ന് ട്രെൻഡ് ആക്കിയാലോ?" രണ്ടാമൻ ഒന്നാമനോട് കുറച്ചുകൂടി അടുത്തിരുന്നു ഒരു ചിരിയോടെ ചോദിച്ചു. തന്റെ അഭിപ്രായത്തെ താങ്ങാൻ അവൻ നാലാമനെ കൂടി ഒന്ന് നോക്കി ചിരിച്ചു.

"അത് കലക്കും അളിയാ.." നാലാമൻ എന്തോ ഒരു വലിയ കാര്യം ചെയ്യാൻ പോകുന്ന പോലെ അവന്റെ ബിയർ പൊക്കി കാട്ടി.

ഓർമ്മകളിൽ ഒഡിറ്റയെ ഉപേക്ഷിച്ച് മൂന്നാമൻ ഒന്നാമനെ നോക്കി, തെല്ല് ദേഷ്യത്തോടെ.

"കണ്ടോ ഇതാണ് ഞാൻ ഈ മാങ്ങതൊലിയൻമാരെ ഇതൊന്നും കാണിക്കാത്തത്, ഇനി ഇവന്മാർ തന്നെ എല്ലാം പാട്ടക്കുമോ എന്നാ എന്റെ പേടി" മൂന്നാമൻ ദേഷ്യത്തിൽ രണ്ടാമനേയും നാലമാനെയും നോക്കി.

"അതൊന്നും വേണ്ടട, അവൾ വലിയ ഷോ കാണിക്കുവണ്ണേൽ നമുക്ക് നോക്കാം" ഒന്നാമൻ ഷർട്ടിന്നുള്ളിലേക്ക് ഒന്ന് ഊതി കൊണ്ട് പറഞ്ഞു, പിന്നെ പിന്നില്ലേക്ക് ചാരി ഇരുന്നു പൂർവ സ്ഥിതിയിൽ ഇരിന്നു.

ഒരു നിമിഷത്തെക്ക് അവർ മിണ്ടാതിരുന്നു, അടുത്ത ഒരു നല്ല വിഷയതിന്നുള്ള കാത്തിരുപ്പ് പോലെ. അത് മുറിച്ച് ഒരു അഞ്ചാമൻ ആ ടെറസ്സിലെക്ക് വന്നു. അവന്റെ രൂപത്തിനോ പെരുമാറ്റത്തിനോ ചേരാത്ത ഒരു മുണ്ടും ഷർട്ടും ഇട്ടു അവരുടെ ഇടയിലേക്ക് വന്നു. ഒന്നാമന്റെ ഗ്ലാസ് സ്വന്തം ഗ്ലാസ് പോലെ എടുത്തു ഒറ്റ മോന്തിൽ അകത്താക്കി ചുണ്ട് തുടച്ചുകൊണ്ട് ചോദിച്ചു.

"എന്താ എല്ലാം വീണോ..??" പിന്നെ നാലാമനെ ചൂണ്ടികാട്ടി,

"അവന്റെ ഒരു ഇരുപ്പു നോക്കിയേ.. രണ്ടു ബിയർ കുടിച്ചിട്ട് ഹോട്ട് അടിക്കുന്നവരെക്കൾ കിക്ക് അയ പോലെ അല്ലെ ഇരുപ്പ്" എല്ലാവരും നാലാമനെ നോക്കി ഒന്ന് ചിരിച്ചു.

"ങും.." നാലാമൻ ഒരു കള്ള ചിരിയോടെ ഇരുത്തി മൂളി.

"ബിയറിന്റെ കിക്ക് ഒന്നും അല്ല മോനെ, ഇത് വേറെയാ" നാലാമൻ രണ്ടാമനെ നോക്കി രണ്ടാമനും അവന്റെ കള്ളച്ചിരി ഏറ്റെടുത്തു മൂന്നാമനെ നോക്കി.

"ഇതെന്താ മച്ചന്മാരെ നമ്മളറിയാതെ ഒരു കിക്ക്, ഇല എടുതിടുണ്ടോ..?" അഞ്ചാമൻ ഒന്നാമനെ ഒന്ന് നോക്കി.

"ഏയ് അതൊന്നും അല്ലെടാ, അവന്റെ ഫോണിൽ ഒഡീറ്റയുടെ കുറച്ച് പിക്സ് കണ്ടു അതാ" ഒന്നാമൻ അഞ്ചാമനെ സമാധാനിപ്പിച്ചു. ഒരാളെ കൂടി ഫോൺ എടുത്തു കാണിക്കാനുള്ള പേടിയിൽ നിൽക്കുന്ന മൂന്നാമന്റെ വിഷമം മനസിലായപോലെ അഞ്ചാമൻ കൈ എത്തിച്ചു അവന്റെ തോളിൽ തട്ടികൊണ്ട്

"എനിക്ക് ഇന്നു കാണാണ്ട, പക്ഷെ ഞാൻ ചോദിക്കുപ്പോൾ കാണിക്കണം" എന്തൊക്കെയോ നഷ്ടപ്പെട്ടു എന്ന് തോന്നിയ പോലെ മൂന്നാമൻ ഒന്ന് അമർത്തി മൂളി.

"എടാ നിനക്ക് കുറച്ചു നല്ല സാധനം വാങ്ങമായിരുന്നില്ലേ??" അഞ്ചാമൻ കുപ്പി എടുത്തു ഒന്നാമനോട് പറഞ്ഞു

"ഉള്ള കാശിനു ഇതേ ഒത്തുള്ളൂ" രണ്ടാമനാണ് ഉത്തരം പറഞ്ഞത്, പിന്നെ നാലാമനെ നോക്കികൊണ്ട്

"പിന്നെ, ഈ പൊട്ടനു ബിയർ അല്ലെ ഇറങ്ങു, തിരിച്ചു പോകാൻ വണ്ടിക്ക് പെട്രോൾ അടിക്കാൻ പോലും ഇപ്പോൾ മണി ഇല്ലെടാ.."

"അപ്പാപ്പന്റെ മുറിയിൽ കയറിയാൽ വല്ലതും നല്ലതു കിട്ടും, പക്ഷെ അന്റിയും ടീനയും അവിടെയ" അഞ്ചാമൻ രണ്ടാമന്റെ ഗ്ലാസ് കൂടി കുടിച്ചിട്ട് പറഞ്ഞു.

"നിന്റെ പപ്പ എന്തേ അളി.." മൂന്നാമൻ തലയുയർത്തി ചോദിച്ചു.

"ഓ.. പപ്പ അങ്കിൾമാരും ഒത്തു രാജീവ് അങ്കിളിന്റെ വീട്ടിൽ ഇരുന്നു അടിയ" അഞ്ചാമൻ കുറച്ചു മിക്സ്ച്ചെർ എടുത്തു വായിലിട്ടു പറഞ്ഞു

"ഒരു കുപ്പി അവിടെന്നു മുക്കാൻ പറ്റില്ലേ..??" മൂന്നാമൻ ചോദിച്ചു.

"ഇല്ല മച്ചാനെ, പക്ഷെ ഇവിടെ പന്തല് പണിക്ക് വന്ന ചേട്ടൻ പൂ എടുക്കാൻ പോകുപ്പോൾ ഒരെണ്ണം വരുത്തിക്കാം.

വിഷമിക്കത്തിരിക്ക് " അഞ്ചാമൻ ഒരു കണ്ണ് ഇറുക്കി.

"നിങ്ങൾ അവിടെന്നു ഇവിടെ വരെ വന്നിട്ട്, ഞാൻ ചുമ്മാ ഒന്നും തരാതെ വിടുന്നില്ല, പോരെ.." അഞ്ചാമൻ ഒന്നാമന്റെ കയിൽ നിന്ന് സിഗരെറ്റ് വാങ്ങി വലിച്ചു.

"നിന്റെ അസൈൻമെന്റ് വെക്കുന്നതിനു എനിക്ക് സ്പെഷ്യൽ ബിയർ വാങ്ങണം" നാലാമൻ കുറച്ചുകൂടി മിക്സ്ച്ചെർ എടുത്തു വായിലിട്ടു.

"അത് ഞാൻ വിട്ടു കളയുമോടാ പന്നി" അഞ്ചാമൻ ചിരിച്ചുകൊണ്ട് നാലാമന്റെ മുഖത്ത് ഒരു തട്ട് തട്ടി.

"ക്ലാസ്സിൽ എല്ലാം ഓക്കേ അല്ലെ" അഞ്ചാമൻ ചോദിച്ചു.

"എല്ലാം ഓക്കേ ആണെടാ.. നീ ഒന്നും പേടിക്കണ്ട, സുമേഷ് സാറിനോട് എല്ലാം പറഞ്ഞിട്ടുണ്ട്" രണ്ടാമൻ പറഞ്ഞു.

"പരുപാടി എപ്പോൾ തുടങ്ങും ..?" ഒന്നാമൻ കുപ്പിയിൽ ബാക്കിയുള്ളത് നോക്കിക്കൊണ്ട് ചോദിച്ചു,

"ഞാൻ വിളിക്കാം" അഞ്ചാമൻ പറഞ്ഞു,

പെട്ടെന്ന് അവന്റെ ഷർട്ടിലെ പോക്കറ്റിൽ ഫോൺ വൈബ്രേറ്റ് ചെയ്തു, അവൻ എടുത്തു പേര് നോക്കി

"എടാ, മമ്മിയാണ്, അന്വേഷിക്കുന്നുണ്ട്.." അവൻ ഫോൺ കട്ട് ചെയ്ത് തിരിച്ചു പോക്കറ്റിൽ ഇട്ടു.

"വണ്ടി വന്നു എന്നു തോന്നുന്നു" നിങ്ങൾ ഇത് തീർത്തു താഴേക്ക് പോരെ" അഞ്ചാമൻ ഇത് പറഞ്ഞു മുണ്ടു മടക്കി ഉടുത്തു താഴേക്ക് പോയി. ഒന്നാമൻ ഒരു ഗ്ലാസ് കൂടി വേഗം ഒഴിച്ച് പെട്ടെന്ന് കുടിച്ചു.

"മക്കളെ വാ.. വേഗം പോകാം, പ്രോഗ്രം സ്റ്റാർട്ട് ആയി എന്ന് തോന്നുന്നു" ഒന്നാമൻ എഴുന്നേറ്റു.

അവർ വേഗം തന്നെ കുപ്പികൾ ബാഗിൽ ഭ്രദമായി വച്ച് കസേരകളും മേശയും എടുത്തു മുന്നേ ഇരുന്ന ഇടതു വച്ചു. ഷർട്ടിന്റെ ബട്ടൺ എല്ലാം ഇട്ടു മുടി എല്ലാം പൊക്കിയും

ചരിച്ചും വച്ചു. ഒന്നാമൻ പോക്കറ്റിൽ നിന്ന് ഒരു തുവാല എടുത്തു മുഖം നന്നായി തുടച്ചു. രണ്ടാമൻ കൈയിൽ പറ്റിയ മിക്സ്ച്ചെർ സ്വന്തം ജീൻസിൽ തുടച്ചു, കൈ കൊണ്ട് മുഖത്തെ വിയർപ്പെല്ലം തുടച്ചു. നാല് പേരും പരസ്പരം നോക്കി കാണാൻ പ്രശ്നങ്ങൾ ഇല്ല എന്ന് ഉറപ്പു വരുത്തി. നാലാമൻ ഒന്നാമന്റെ തുവാല പിടിച്ചു വാങ്ങി തന്റെ മുഖം നാന്നായി തുടച്ചു.

"ഇന്നു ടീനായുമായി ഒന്ന് സംസാരിച്ചു നംബർ വാങ്ങണം" നാലാമൻ ബിയർ നൽകിയ ആത്മവിശ്വാസത്തിൽ ചിരിച്ചുകൊണ്ട് നടന്നു.

മൂന്നാമൻ വീണ്ടും ഫോൺ എടുത്തു ഇയർ ഫോൺ ചെവിയിൽ കുത്തി പ്രിയതമയെ വിളിച്ചുകൊണ്ട് എല്ലാവരുടെയും പിന്നാലെ നടന്നു. അവർ സൂര്യനെ ശ്രദ്ധിച്ചില്ല, അത്ര നേരം തണൽ തന്ന ആ പാഴ്മരത്തെ നോക്കിയില്ല. താഴെ ഇറങ്ങിയ അവർ അടുത്ത വീട്ടിലേക്ക് നടന്നു. അവിടെ പൂക്കളുടെയും റിത്തുത്തുകളുടെയും ഇടയിൽ തണുപ്പിച്ച ചില്ലു കുഴിമാടത്തിൽ ഒരു പ്രായമായ മനുഷ്യൻ കിടക്കുന്നു. അതിനു പിന്നിൽ അഞ്ചാമൻ മുഖത്ത് വരി തേച്ച വിഷമവുമായി നിൽക്കുന്നു. അർത്ഥശൂന്യവും കപടവുമായ വിഷമത്തിന്റെ ആ ചുവന്ന മുഖങ്ങൾക്ക് ഇടയിൽ കൂട്ടുക്കാരെ കണ്ട അഞ്ചാമൻ ചുണ്ടുകൾ മെല്ലെ അനക്കി പറഞ്ഞു...

"കുപ്പി റെഡി"

അതെ, അടുത്ത ഒരു വെള്ളമടി പാർട്ടി!!

8

മഹാപാപികൾ

ചെറു മഴയുടെ തണുപ്പിലും ഈർപ്പത്തിലും വിറകൊണ്ട ഒരു ചെറിയ അവധിക്കാല കോട്ടേജ്. ജനലിലൂടെ തണുപ്പ് ഉള്ളിലേക്ക് ഊളിയിട്ട് കയറി അതിഥിയെ പുണർന്നു, അവൾ പതിയെ കണ്ണുകൾ തുറന്നു. കണ്ണ് തുറക്കുന്നതിനു മുന്നേ തന്നെ കറന്റ് പോയ കാര്യം അവൾക്കു മനസ്സിലായി, കാരണം മുറിക്ക് പുറത്ത് ചീവീടുകളും തവളകളും കരയുന്നതിന്റെ ശബ്ദവും മഴയുടെ ചെറിയ കൊഞ്ചലും കേൾക്കാമായിരുന്നു. അപ്പോഴാണ് അവൾക്ക് മനസ്സിലായത് ആ ഫാനിന്റെ ശബ്ദം അവളുടെ ചെവി എത്രത്തോളം അടച്ചു കളഞ്ഞു എന്ന്. തൊട്ടടുത്ത് നിന്ന് വരുന്ന കൂർക്കം വലി പോലും അവൾക്ക് കേൾക്കാൻ കഴിയുന്നില്ലായിരുന്നു. അവൾ പുറത്ത് തവളകൾ കരയുന്ന ശബ്ദം ശ്രദ്ധിച്ചു, ആയിരം തവളകൾ ആ ചെറിയ രണ്ടു മുറി കോട്ടേജിനെ വളഞ്ഞിരിക്കുന്നു, മഴയിലും ഇടി മിന്നലിലും പോരാട്ട വീര്യം ചോരാത്ത യോദ്ധാക്കളെ പോലെ അവൾ അവരെ സങ്കൽപിച്ചു. അപ്പോൾ ഉണ്ടായ ഇടി മിന്നലിൽ കുന്തം പിടിച്ചു നിൽക്കുന്ന ധീരമായ അവരുടെ പച്ച മുഖം തിളങ്ങുന്നത് അവൾ കണ്ടു. അവളുടെ ചുണ്ടിൽ ചെറുപുഞ്ചിരി വിടർന്നു. സത്യത്തിൽ ഇന്ന് വരെ ഒരു തവളയെ പോലും നേരിട്ട് കണ്ടിട്ടില്ല, ജനിച്ച നാട്ടിൽ

ആണെങ്കിലും വീട്ടുകാരുടെ നാട്ടിൽ ആണെങ്കിലും, അതിനു ഈ നാട്ടിൽ വരേണ്ടി വന്നു, കേരളത്തിൽ. ഇങ്ങനെ ഒരു അവസ്ഥയിൽ ആയതു കൊണ്ടാവും അവരുടെ കരച്ചിൽ പോലും ഒട്ടും ഒരു ശല്യമായി തോന്നാത്തത്. ഈ കാറിച്ചയേക്കാൾ തമാശയാണ് ഇവിടുത്തെ ആളുകളുടെ സംസാരം എന്ന് അതിഥിക്ക് തോന്നി, രണ്ടും മനസ്സിലാവുന്നില്ല, ഈ മഴവെള്ളത്തിന്റെ ഒഴുക്ക് പോലെയാണ് ഇവരുടെ സംസാരം.

വീണ്ടും ഒരു തണുത്ത കാറ്റ്.. വാക്സ് ചെയ്ത അവളുടെ കാലിൽ എഴുന്നു നിൽക്കുന്ന ചെറു രോമങ്ങളെ പുളകിതരാക്കി. അവൾ വേഗം പുതച്ച് ഒന്ന് തിരിഞ്ഞു കിടന്നു. അനക്കം തട്ടിയത് കൊണ്ടാവും കൂർക്കം വലി ഒന്ന് നിന്നു. പാതിയിൽ മുറിഞ്ഞ ഉറക്കം, പിന്നെ പുറത്തെ ഇടിമിന്നലിന്റെ ശബ്ദവും അവളെ പഴയ ഓർമ്മകളിലേക്ക് ഒഴുക്കിവിട്ടു. മഴ വെള്ളത്തിലൂടെ പായുന്ന ഒരു കടലാസ് തോണി കണക്കെ ഉറക്കമില്ലാത്ത അവളുടെ പഴയ ജീവിതലൂടെ മനസ്സ് പാഞ്ഞു-ജോണിനൊപ്പമുള്ള ജീവിതം.

വിവേകത്തിന്റെ പൂക്കൾ വിരിയുന്നതിനു മുന്നേ തന്നെ വീട്ടുകാരെയും ബന്ധുക്കളെയും നഷ്ടപ്പെടുത്തിയുള്ള ഒരു പ്രണയ വിവാഹമായിരുന്നു അവളുടേത്.. ജോണും അതിഥിയും, ആ പേരുകൾ കേൾക്കുപ്പോൾ തന്നെ മനസ്സിലാവും.. അല്ലെ? കാലം കടന്നു പോയി.. ജീവിതം മാറി പതിയെ ഇഷ്ടങ്ങൾ അനിഷ്ടങ്ങളായി, പച്ച ജീവിതത്തിന്റെ കയ്പ്പ് ചവച്ചു തുടങ്ങി. താമസിച്ചിരുന്ന ഫ്ലാറ്റ് ഒരു തടവറയാൻ അധികം കാലം വേണ്ടി വന്നില്ല.

എത്രമാത്രം ക്രൂരനായിരുന്നു ജോൺ എന്ന് അഥിതി ഓർത്തു പോയി. പെട്ടെന്നുണ്ടായ മിന്നൽ വെളിച്ചത്തിൽ അതിന്റെ ഭീകരത അവളുടെ കണ്ണിൽ മിന്നിമറഞ്ഞു. ഇനി ഒരു മിന്നൽ കൂടി വന്നാൽ ആ ഭീകരതയുടെ തെളിവുകൾ തന്റെ

ദേഹത്തു കാണാൻ ആവുമെന്ന് അവൾ ഓർത്തു. ഒരു കുഞ്ഞിനെ നൽകാൻ അവൾക്ക് ആവില്ല എന്ന് കൂടി അറിഞ്ഞപ്പോൾ അയാളുടെ ക്രൂരതയുടെ ആക്കം കൂടി. അവളുടെ മനസ്സും വായും തുന്നിക്കെട്ടിയ വാർത്തയായിരുന്നു അത്. ആ വീട്ടിൽ ജോണിന്റെ ഭാര്യ എന്ന് മാത്രമല്ല ഒരു സ്ത്രീയെന്നോ മനുഷ്യനെന്നോ ഉള്ള വില പോലും നഷ്ടപ്പെട്ടു. ജോണിനൊപ്പം വേറെ പെണ്ണുങ്ങൾ ആ ഫ്ലാറ്റിൽ പ്രത്യക്ഷപ്പെടാൻ തുടങ്ങി. അത് കണ്ടു നിൽക്കുക എന്നതല്ലാതെ എതിർക്കാനോ ഒന്ന് ശബ്ദിക്കാനോ അവൾക്കാവില്ലായിരുന്നു. അയാൾ കൊണ്ടുവരുന്ന സ്ത്രീകളെക്കാൾ താഴെയായിരുന്നു ആ ഫ്ലാറ്റിൽ അവളുടെ സ്ഥാനം. ഗർഭം ധരിക്കാനോ ഒരു കുട്ടിയെ പ്രസവിക്കാനോ ഉള്ള അവളുടെ കഴിവില്ലായ്മയിൽ അയാൾ സന്തോഷിച്ചു കാണും എന്നവൾക്ക് തോന്നി.

തുലഞ്ഞു തീരാനുള്ള ആ ജീവിതം മാറിയത് ദയ അവളുടെ ജീവിതത്തിലേക്ക് വന്നപ്പോഴാണ്. ഫേസ്ബുക്കിലൂടെയുള്ള പരിചയമായിരുന്നു, ഇപ്പോൾ അവളുടെ ജീവിതം തന്നെ മാറിയത് ദയ കാരണമാണ്. കൃത്രിമ ചിരി മാത്രം വഴങ്ങിയിരുന്ന അവളുടെ ആദരത്തിൽ ചെറു സന്തോഷങ്ങളുടെ പൂക്കൾ വിടർത്താൻ ദയക്ക് കഴിഞ്ഞിരുന്നു. നോവിന്റെയും കണ്ണുനീരിന്റെയും ദിനരാത്രങ്ങളിൽ കഴിച്ചുകൂട്ടിയ ആ ഫ്ലാറ്റ് ഇപ്പോൾ ഓർമ്മ മാത്രം. അവളുടെ ജീവിതത്തിനും വിലയുണ്ട് അർത്ഥമുണ്ട് എന്ന് അവൾക്കിപ്പോൾ അറിയാം. എത്ര സന്തോഷവതിയാണ് താനെന്നു അഥിതി ഓർത്തു.

ദയയുടെ ആശയമായിരുന്നു ചെറിയ ആ ഫേസ്ബുക്ക് പേജ്, അതിൽ അഥിതി അവൾ നെയ്ത പലതരം വസ്ത്രങ്ങൾ നിരത്തി, വാങ്ങുന്നവർക്ക് അവർക്ക് വേണ്ടത് പോലെ ഡിസൈൻ മാറ്റം, വേണ്ട തുണി തിരഞ്ഞെടുക്കാം നിറം മാറ്റം

അങ്ങനെ വാങ്ങുന്നവരുടെ ഇഷ്ടമനുസരിച്ച് അവർക്ക് ഓർഡർ നൽകാം. അവർ പറയുന്ന അളവിൽ അഥിതി അത് നെയ്തു കൊടുത്തു. ഒരു പരസ്യം എന്നോണം ദയ ഒരു സീരിയൽ നടിയെ കൊണ്ട് അതിൽ ഒരു നല്ല അഭിപ്രായം എഴുതിച്ചു. ഇപ്പോൾ നല്ല ഒരു വരുമാന മാർഗ്ഗമായി അത് മാറി.

അതിന്റെ സന്തോഷം ആഘോഷിക്കാനാണ് ഇപ്പോൾ ഇവിടെ വന്നിരിക്കുന്നത്.. വിഷമങ്ങളിൽ നിന്നും വേദനകളിൽ നിന്നും ദൂരെ.. ഇങ്ങു തെക്ക് കേരളത്തിൽ. കായലുകളുടെയും പച്ചപ്പിന്റെയും നടുവിൽ. ഇവിടെയുള്ള ഓരോ നിമിഷവും അവൾക്ക് സന്തോഷം നിറഞ്ഞതാണ്. സ്വന്തം ഇഷ്ടങ്ങളുടെയും ആഗ്രഹങ്ങളുടെയും പരപ്പ് അവൾ അറിഞ്ഞു. ശരീരത്തോടൊപ്പം മനസ്സിനെയും സന്തോഷിപ്പിക്കാൻ അവൾക്കായി. അവൾക്കറിയാത്ത അവളുടെ ലൈംഗികതയെ പറ്റി അവളറിഞ്ഞു. അത് ശരിയോ തെറ്റോ എന്ന് പോലും അവൾക്കറിയില്ല. ജോണിൽ നിന്ന് ആഗ്രഹിച്ച സ്നേഹം ദയയിൽ നിന്ന് കിട്ടുന്നു. ഒരിക്കലും.. ജീവിതത്തിന്റെ ഒരു നിമിഷാർത്ഥം പോലും അവൾ ഇങ്ങനെ ഒരു സ്നേഹം ആഗ്രഹിച്ചിട്ടോ അന്വേഷിച്ചിട്ടോ ഇല്ല. പക്ഷെ ഇപ്പോൾ അവൾ സന്തോഷവതിയാണ്.

ശരി തെറ്റുകളുടെ വ്യാഖ്യാനങ്ങൾക്കിടയിൽ കുഴങ്ങാൻ അവൾക്ക് തോന്നിയില്ല. ദൈവം തന്നിൽ ഇങ്ങനെ ഒരു ജീവിതമാവും ആഗ്രച്ചു കാണുക എന്ന് അവൾ ചിന്തിച്ചു. അല്ലങ്കിൽ ഇപ്പോൾ ചെയ്യുന്ന തെറ്റിന്റെ ശിക്ഷ താൻ എപ്പോഴേ അനുഭവിച്ചു കഴിഞ്ഞു എന്നവൾ സ്വയം ശരിവെക്കാൻ ശ്രമിച്ചു. ഒരു കുഞ്ഞിനെ ചുമക്കാനുള്ള ഭാഗ്യം പോലും തരാത്ത ദൈവം.. അല്ലെങ്കിൽ തന്നെ ഒരു കുഞ്ഞിനെ ദൈവം കൊടുത്തിരുന്നെങ്കിൽ ഇപ്പോൾ ജോണിനൊപ്പം ആ ഫ്ലാറ്റിൽ... ആ ചിന്ത അവൾ അവിടെ നിർത്തി. ജോൺ തന്നെ അന്വേഷിക്കുന്നുണ്ടാവുമോ എന്നവൾ ആലോചിച്ചു.

ചിന്തയുടെ ചുഴിയിൽ നിന്ന് അവൾ പുറത്തു വന്നു. വെളിയിൽ മഴ കൂടിയിരിക്കുന്നു, അപ്പുറത്ത് കുറച്ച് മാറിയുള്ള കോട്ടജിൽ ലൈറ്റ് കത്തുന്നത് അവൾ പുറത്തെ മഴയുടെ ഇടയിലൂടെ കണ്ടു. പക്ഷെ ഇപ്പോൾ ഈ ഇരുട്ടും, മഴയും പുറത്തെ ജീവികളുടെ താരാട്ട് പാട്ടും.. അവൾക്ക് എഴുന്നേറ്റ് മാനേജറിനെ വിളിച്ച് പറയാൻ മടി തോന്നിപ്പിച്ചു. അവൾ തിരിഞ്ഞു ദയയെ നോക്കി.. സുന്ദരമായിരുന്നു അവളുടെ മുഖം.

ചെറുതായി മറഞ്ഞിരുന്ന ആ മുഖത്തു നിന്ന് മുടി വാകി ചെവിയുടെ അരികിലേക്ക് ഒതുക്കി. അഥിതി അവളുടെ ചുണ്ടിൽ ഒരു മുത്തം കൊടുത്തു എന്നിട്ട് കുറച്ച് ചേർന്ന് കിടന്നു.

പെട്ടെന്ന് വാതിൽ ചവിട്ടി തുറക്കപ്പെട്ടു.. മഴയിൽ നനഞ്ഞ് നിഴൽപോലെ വടികളും കുടയുമായി മൂന്ന് നാല് ആളുകൾ അകത്തേക്ക് ഓടി കയറി. അതിഥിക്ക് ഒന്ന് ഒച്ച വെക്കാൻ ആവുന്നതിനു മുന്നേ തന്നെ തലങ്ങും വിലങ്ങും അടി വീണു കഴിഞ്ഞു.

പെട്ടെന്ന് മുറിയിൽ വെളിച്ചം വീണു, ശരീരത്തിലേക്ക് തുളച്ചിറങ്ങുന്ന മൊബൈൽ കാമറ കണ്ണുകൾ... അഥിതി വേഗം പുതപ്പ് കൊണ്ട് സ്വന്തം നഗ്നത മറച്ചു.

"കണ്ടോ സതീശൻ ചേട്ടാ.. ഞാൻ പറഞ്ഞില്ലേ ഇവളുമാർ ശരിയല്ല എന്ന്.. ഉച്ചക്ക് ആ വള്ളത്തിൽ കണ്ടപ്പോഴേ എനിക്ക് മനസ്സിലായത.. ഇതൊന്നും ഇവിടെ നടക്കില്ല..." കണ്ണൻ തിരിഞ്ഞു സതീശനോട് പറഞ്ഞു.

സതീശൻ പെട്ടെന്ന് അവരുടെ ശരീരത്തിൽ നിന്ന് കണ്ണെടുത്തു, അയാൾക്ക് പക്ഷെ അതിനു മനസ്സ് വരുന്നില്ലായിരുന്നു. പെട്ടെന്ന് ഗൗരവത്തിന്റെ ഒരു മുഖപടം അയാൾ അയാളുടെ ചുവന്ന മുഖത്ത് ഒട്ടിച്ചു എങ്കിലും വെറിയുടെ നുരകൾ അയാളുടെ ചുണ്ടിൽ നിന്ന്

ഒഴുകുന്നുണ്ടായിരുന്നു.

"വിളിക്കെടാ ആ മാനേജർ നായയെ.. ഇവിടെ ഇവനൊക്കെ എന്താ നടത്തുന്നെ എന്ന് എനിക്കറിയണം..." ലേശം നരച്ച മീശ പിരിച്ചു കൊണ്ട് അയാൾ പറഞ്ഞു ഒപ്പം അവളുടെ അടുത്തേക്ക് നടന്നു മുഖമടച്ച് ഒരടി. വേദനയാലുള്ള അവളുടെ നിലവിളി അയാൾക്ക് ഒരു സുഖം നൽകി.

"നിനക്കൊക്കെ കൂത്താടാൻ ഞങ്ങളുടെ സ്ഥലമേ കിട്ടിയുള്ളൂ അല്ലേടി..." കൂടെയുണ്ടായിരുന്ന ജിൻസൺ ദയയെ തല്ലി. സ്വപ്നമാണോ യാഥാർത്ഥയമാണോ നടക്കുന്നത് എന്ന് മനസ്സിലാക്കാൻ ശ്രമിക്കുന്നതിനിടയിൽ ആയിരുന്നു ദയക്കെതിരെ അങ്ങനെ ഒരു മർദ്ദനം. ആകസ്മികമായി മറ്റുള്ളവരുടെ മുന്നിലേക്ക് വലിച്ചെറിയപ്പെട്ട തന്റെ നഗ്നതയും അടിയുടെ വേദനയും.. അവൾ കൈയിൽ കിട്ടിയ തലയിണ കൊണ്ട് ദേഹം മറച്ചു.

മാനേജർ വരുന്നത് വരെ അവർ രണ്ടു പേരെയും തല്ലുകയും തെറി പറയുകയും ചെയ്തു. മൊബൈൽ കണ്ണുകൾക്കായി അവരുടെ കൈയിൽ നിന്ന് പുതപ്പും തലയിണയും മാറ്റാൻ ശ്രമിച്ചു. ജിൻസൺ ഇടക്ക് കാമറയിൽ തന്റെ ശൂര്യത്തം ശരിക്ക് കാണിക്കുന്നുണ്ടായിരുന്നു.

കിട്ടിയ തക്കത്തിൽ സതീശൻ അവരുടെ ദേഹത്തു കൂടി കൈ ഓടിച്ചു. കണ്ണനും മറ്റുള്ളവരും ഇല്ലായിരുന്നെങ്കിൽ കുറച്ചു നേരത്തെ വന്നു ഒന്ന് ഒളിഞ്ഞു നോക്കിയാൽ നന്നായിരുന്നു എന്ന് പോലും സതീശൻ ഓർത്തു പോയി. എങ്കിലും രണ്ടു പേരെയും കൈയിൽ കരുതിയിരുന്ന ചൂരൽ കൊണ്ട് അടിക്കാൻ അയാൾ മറന്നില്ല.

എന്താണ് നടക്കുന്നത് എന്ന് അറിയാതെ ഓടി വന്ന മാനേജർക്കും കിട്ടി അടി.

"ഇതാണോടാ നാറി നീയൊക്കെ ഇവിടെ നടത്തുന്നത്.. ഞങ്ങൾ മാന്യന്മാർ താമസിക്കുന്നതാണ് ഈ റിസോർട്ടിന്

ചുറ്റിലും.." സതീശൻ മാനേജരുടെ കഴുത്തിന് പിടിച്ചു തള്ളി.

"ഇതിനാണോടാ നീയൊക്കെ റിസോർട്ട് നടത്തുന്നെ.. " കൂടെ നിന്ന കണ്ണൻ മാനേജറിനിട്ടു ഒരു ചവിട്ട് കൊടുത്തു, പണ്ട് സ്ഥലം കയ്യേറി എന്ന് പറഞ്ഞ് റിസോർട്ട്ക്കാർ കൊടുത്ത കേസിന്റെ കടം കുറച്ച് കുറഞ്ഞു എന്ന സംതൃപ്തി കിട്ടി അവന്.

വന്നത് മുതൽ അടി കൊണ്ട് വീണ ആ പാവം മാനേജർ അഥിതിയെയും ദയയെയും കണ്ടിരുന്നില്ല. താഴെ വീണു കിടന്ന അയാൾ കരയും പോലെ എന്താ കാര്യം എന്ന് ചോദിച്ചു.

കുനിഞ്ഞു ഒരു അടി കൂടി കൊടുത്ത് പിന്നിലേക്ക് വിരൽ ചൂണ്ടി സാധീശൻ അയാളോട് പറഞ്ഞു

"ഇവളുമാരെ കണ്ടിട്ട് നിനക്ക് മനസ്സിലായില്ലേടാ നാറി.. കണ്ടോ ഇവളുമാർ മറ്റേതാ.. ഇത് രണ്ടിയിരത്തി പത്താണ് അല്ലാതെ നിന്റെ..." അങ്ങനെ പോയി ഒരു ഖണ്ഡിക.

അയാൾ വിരൽ ചൂണ്ടിയ മൂലയിൽ അമർത്തി പിടിച്ച തലയിണയ്ക്ക് പിന്നിൽ ഒരു രോദനം മാത്രമേ കേൾക്കുന്നുണ്ടായിരുന്നുള്ളു, അവർ പറയുന്നത് ഒന്നും മനസ്സിലായില്ലെങ്കിൽ പോലും കണ്ണീരിൽ പൊതിഞ്ഞ രണ്ടു മഹാപാപികളുടെ പ്രാർത്ഥന..

"ദയവു ചെയ്തു നിർത്തു ഞങ്ങളും മനുഷ്യരാണ്".

9

ദൈവത്തിന്റെ ഒരു അടി..!!

ഒട്ടും പ്രതീക്ഷിക്കാതെ ഒരു അടി, കണ്ണിൽ നിന്ന് പൊന്നീച്ച പറക്കുന്നത് ഒരു നിമിഷത്തേക്കെങ്കിലും കണ്ടു. വേദനയേക്കാൾ വലുതായിരുന്നു എല്ലാവരുടെയും മുന്നിൽ വച്ച് കിട്ടിയ അടിയുടെ നാണക്കേട്. ഒന്നും പറയാതെ അവിടെ നിന്ന് ഇറങ്ങി നടന്നു. അല്ലെങ്കിലും എന്തു പറയാൻ, വേണമെങ്കിൽ തിരിച്ചു ഒരു അടി കൊടുക്കാമായിരുന്നു പക്ഷെ എന്തോ ആ നാണക്കേടിന്റെ ചൂടിൽ ഉരുകുന്ന ഒരു മെഴുകുതിരി പോലെ ആയിരുന്നു മനസ്സ്. എങ്കിലും എന്തിനു തനിക് അങ്ങനെ ഒരു അടി കിട്ടി..? മത്തായിച്ചന്റെ കണ്ണ് ചെറുതായി നീറി നിറയുന്നുണ്ട്. പിറകെ സമാധാനിപ്പിക്കാൻ വരുന്നവർ പറയുന്നതൊന്നും കേൾക്കാൻ നിന്നില്ല, കണ്ണിൽ നിന്ന് ഉരുകിയൊഴുകുന്ന നീർ തുടച്ചു, അങ്ങനേ നടന്നു.

ഇളം വെയിലിന്റെ ചൂടുള്ള ഒരു വൈകുന്നേരം പള്ളിയുടെ പുറകിൽ അച്ഛന്റെ ഓഫീസിനോട് ചേർന്ന മുറിയിൽ ചൂടേറിയ ചർച്ച നടക്കുകയാണ്. സാധാരണ ഇവിടെ ഗായകസംഘം ഞായറാഴ്ച്ച പാടാനുള്ള പാട്ടുകൾ പരിശീലിക്കുകയായിരിക്കും എങ്കിലും രണ്ടു മുറികൾക്കപ്പുറം അവർ പാടുന്നത് ഈ മുറിയിൽ കേൾക്കാം.

"

അപ്രതീക്ഷിതമായി വന്ന ഒരു അത്താഴ വിരുന്നിനു മേടയിൽ പോവേണ്ടി വന്ന പള്ളി വികാരിയുടെ അഭാവത്തിലാണ് ചർച്ചയെങ്കിലും പ്രധാനികൾ എല്ലാം തന്നെ അവിടെ സന്നിഹിതരാണ്. മാതാവിന്റെ മുന്നിലെ നിലവിളക്കിലെ എണ്ണയാണ് എല്ലാത്തിനും കാരണം. പള്ളിയിടെ ഉള്ളിൽ അൾത്താരയുടെ വലത്ത്, സ്ത്രീകൾ ഇരിക്കുന്നതിന് മുന്നിലായി വച്ചിരിക്കുന്ന ഒരു ചെറിയ മാതാവിന്റെ പ്രതിമ. ആ രൂപത്തിന് മുന്നിൽ വച്ചിരിക്കുന്ന ഒരാൾ പൊക്കമുള്ള നിലവിളക്ക് മാറ്റണമോ വേണ്ടയോ എന്നതാണ് ചർച്ച.

മത്തായിച്ചൻ നിലവിളക്ക് അവിടെ തന്നെ വേണം എന്ന പക്ഷത്താണ്. കുറച്ചു പഴയതാണെങ്കിലും പ്ലാസ്റ്റിക് പൂക്കളും മാലകളും കൊണ്ട് അലങ്കരിച്ച്, മരത്തിന്റെ രൂപക്കൂട്ടിൽ സൂക്ഷിച്ചിരിക്കുന്നതാണ് മാതാവിന്റെ ആ ചെറു രൂപം. അതിനു മുന്നിൽ ഒരു നേർച്ചപെട്ടി പിന്നെ അതിനും മുന്നിൽ ഒരു മെഴുകുതിരി സ്റ്റാൻഡ് പിന്നെ അടുത്ത് തന്നെ എപ്പോഴും നിറഞ്ഞു കത്തുന്ന ഒരു നിലവിളക്ക്. ഇതിൽ ആ നിലവിളക്കാണ് ഇപ്പോഴത്തെ പ്രശ്നം. ആ നിലവിളക്കിലെ എണ്ണ തറയിൽ വീണ് മാർബിൾ വൃത്തികേടാവുന്നു. പിന്നെ കഴിഞ്ഞ പെരുന്നാളിൽ അത് മറിഞ്ഞ് ചൂട് എണ്ണ വീണ് പൊള്ളിയ ആളുകളുമുണ്ട്. അന്ന് മുതലേ ആ നിലവിളക്ക് അവിടുന്ന് മാറ്റുന്നതിന്റെ ചർച്ചകൾ നടക്കുന്നുണ്ട്.

വർക്കിയാണ് മറു പക്ഷത്ത് മുന്നിൽ നിൽക്കുന്നത്, കാരണമുണ്ട് - വർക്കിച്ചന്റെ കൊച്ചാപ്പന്റെ മകളുടെ പേരകുട്ടിയും കഴിഞ്ഞ പെരുന്നാളിൽ എണ്ണ വീണ് പൊള്ളിയവരുടെ കൂട്ടത്തിൽ വരും.

"പള്ളിയിൽ ഇത്ര പിടി ഉണ്ടായിട്ടും ആ വിളിക്ക് ഒന്ന് മാറ്റിവെക്കാൻ പറ്റില്ലേ വർക്കിച്ചോ..!?" എന്ന ചോദ്യം അയാളുടെ മനസ്സിൽ മുഴങ്ങുന്നുണ്ട്. പള്ളിയുടെ എല്ലാ കാര്യത്തിലും മുന്നിൽ നിൽക്കുന്നയാളാണ് വർക്കിച്ചൻ.

വർക്കിച്ചനും മത്തായിച്ചേനുമാണ് അവിടുത്തെ കാര്യങ്ങൾ തീരുമാനിക്കുന്ന പ്രധാനികൾ. പള്ളി വികാരിയെ പോലും നിയന്ത്രിക്കാൻ ഇവർക്ക് കഴിയും. വർക്കിച്ചൻ എന്ത് പള്ളിക്കാര്യത്തിനും അളവില്ലാതെ സഹായിക്കുന്ന ആളാണ് (സ്ഥലത്തെ തരക്കേടില്ലാത്ത പണക്കാരൻ) മത്തായിച്ചാൻ ആണെങ്കിൽ പള്ളിയിൽ തന്നെ വളർന്ന ആളാണ്. മത്തായിച്ചന്റെ അപ്പൻ ചീക്കു മാപ്പിള പള്ളിയിലെ പഴയ കാപ്പിയാരാണ്, വളരെ നല്ല മനുഷ്യനായിരുന്നു. ചീക്കു മാപ്പിള മരിച്ചപ്പോൾ അദ്ദേഹത്തോടുള്ള ബഹുമാനം മത്തായിച്ചനിലേക്ക് പകർന്ന് കിട്ടി.

വിളക്കിന്റെ ഈ പ്രശ്നത്തിൽ രണ്ടുപേരും രണ്ടു തട്ടിൽ ആണെങ്കിലും മുന്നേ ഇവർ രണ്ടും ഒരുമിച്ചാണ് എല്ലാം ചെയ്തിരുന്നത്. പള്ളിയിലേക്ക് എന്തെങ്കിലും കാര്യത്തിന് കാശ് പിരിക്കാനും പള്ളി വൃത്തിയാക്കാൻ, രൂപക്കൂട് പണിയൽ അങ്ങനെ എല്ലാം. കഴിഞ്ഞ പള്ളിപെരുന്നാളിന് മുന്നോടിയായി പള്ളിയിൽ മാർബിൾ ഇടുവിപ്പിച്ചു, അൾത്താരയുടെ വശങ്ങൾ പൂക്കൾ കൊണ്ട് എപ്പോഴും അലങ്കരിക്കാനുള്ള സ്റ്റാൻഡുകൾ വെപ്പിച്ചു, കഴിഞ്ഞ പെരുന്നാളിന് തിളങ്ങിയ പുതിയ പള്ളി മണിക്ക് വർക്കിച്ചന്റെ മകന്റെ അമേരിക്കൻ നോട്ടിന്റെ പച്ചപ്പ് ഉണ്ടായിരുന്നു. ഇത്തവണ പള്ളിയിലെ കുരിശിൽ സ്വർണ്ണം പൊതിഞ്ഞാൽ കൊള്ളാമെന്നുണ്ട് രണ്ടാൾക്കും. പള്ളിയുടെ പകിട്ട് ഒന്ന് കുറഞ്ഞാൽ വർക്കിച്ചനും മത്തായിച്ചനും വല്ലാത്ത ഒരു വിഷമം ആയിരുന്നു.

പള്ളിക്കുള്ളിൽ മാത്രമല്ല, കുറച്ച് നാൾ മുമ്പ് ബസ് സ്റ്റോപ്പിന് പിന്നിൽ താമസിച്ചിരുന്ന തമിഴത്തിയെയും കുട്ടികളെയും പള്ളി വക സ്ഥലം കൈയേറിയതിനു അവിടെ നിന്ന് ഒഴിപ്പിച്ചു. ബസ് സ്റ്റോപ്പിന് പിന്നിലെ ആ സ്ഥലം പള്ളി വകയാണ് എന്ന് അന്നാണ് പല ആളുകളും അറിഞ്ഞത്.

കണ്ടത്തിൽ നിന്ന് മീൻ പിടിച്ചു ബസ് സ്റ്റോപ്പിൽ കൊണ്ട് വന്നു വിൽക്കുന്നതായിരുന്നു അവരുടെ തൊഴിൽ, വിൽക്കുന്നതിന് പിന്നിൽ തന്നെ ഒരു ചെറിയ തമ്പ് ഉണ്ടാക്കി കിടക്കാൻ തുടങ്ങി അവർ. വരമ്പിലൂടെ നടക്കുമ്പോൾ ആ തമിഴത്തി കണ്ടത്തിൽ ഇറങ്ങി മീൻ പിടിക്കുന്നത് മത്തായിച്ചൻ കണ്ടിട്ടുണ്ട്. പക്ഷെ അവരെ കാണുന്നതേ വർക്കിച്ചന് ഇഷ്ടമല്ല, അയാൾ മൂക്കിന്റെ തുമ്പിലെ സ്വർണ്ണ കണ്ണടയുടെ ഇടയിലൂടെ അവരെ നോക്കും. ബസ് സ്റ്റോപ്പിന് പുറകിലെ ആ പള്ളി വക സ്ഥലം അവർ കൈയേറുമോ എന്ന് തോന്നിയപ്പോൾ മത്തായിച്ചനും വർക്കിച്ചനും മുൻകൈയെടുത്താണ് അവരെയും അവരുടെ പിള്ളേരെയും ഒഴിപ്പിച്ചു.

ഈ കാര്യത്തിൽ പക്ഷെ അങ്ങനെ അല്ല, കണ്ണീരോടെ മാതാവിന് മുൻപിൽ വന്നു നിന്ന് പ്രാർത്ഥിക്കുന്ന സ്ത്രീകളുടെ (പ്രത്യേകിച്ച് മറിയത്താത്തിയുടെ) മുഖം മത്തായിച്ചന്റെ ഉള്ളിലുണ്ട് (പ്രാർത്ഥിക്കുമ്പോൾ മക്കളില്ലാത്തതിന്റെ വേദന അവരുടെ കണ്ണുകളിൽ നിറയും). അവർ പ്രാർത്ഥന കഴിഞ്ഞു ആ വിളക്കിലെ എണ്ണ കൊണ്ട് നെറ്റിയിൽ ഒരു കുരിശു വരക്കും. മാത്രമല്ല സത്യത്തിൽ ആ എണ്ണയിൽ മാതാവിന്റെ അത്ഭുത ശക്തിയുണ്ട്.

തർക്കം കനത്തു വിളക്ക് അവിടെ തന്നെ വെയ്ക്കണം എന്ന രീതിതയിൽ കാര്യങ്ങൾ നീങ്ങി തുടങ്ങി. അതിൽ മത്തായിച്ചന് ചെറിയ സന്തോഷം ഉണ്ട്, അത് പോലെ വർക്കിച്ചന് ചെറിയ അമർഷവും. വർക്കിച്ചൻ മൂക്കിൻ തുമ്പിൽ നിന്ന് കണ്ണട എടുത്തു ആ കൈ നീട്ടിയായി സംസാരം, അയാളുടെ മുഖം ചുവന്നു തുടുത്തിരുന്നു. കാര്യങ്ങൾ തന്റെ വരുതിയിലായെങ്കിലും ഒരു ഉറപ്പ് വരാൻ മത്തായിച്ചൻ ആ എണ്ണയുടെ അത്ഭുത ശക്തിയെ പറ്റി തനിക്കു ഉണ്ടായ ഒരു അനുഭവം തുറന്നു പറയാൻ

തീരുമാനിച്ചു.

"മാതാവിന്റെ ഈ എണ്ണയിൽ ആ വിശുദ്ധയുടെ അത്ഭുത ശക്തിയുണ്ട്..!! പക്ഷെ ഇത് മനസ്സിലാക്കാൻ കഴിയാത്തത് ഇവുടുത്തെ തല മൂത്തവരുടെ വിഡ്ഢിത്തമല്ലേ ..??" മത്തായിച്ചൻ ചെറുതായി ഒന്ന് വർക്കിച്ചനെ നോക്കി.

"എനിക്ക് ഉണ്ടായ ഒരു അനുഭവം ഞാൻ പറയാം, എന്നിട്ട് നിങ്ങൾ പറഞ്ഞാൽ മതി അത് അവിടെ വെക്കണോ വേണ്ടയോ എന്ന്. ഇത് ആരോടെങ്കിലും പറയണം എന്ന് നിരുവിച്ചതല്ല, എങ്കിലും മാറ്റണം എന്ന് പറയുന്ന കൊണാണ്ടർമാർ ഒന്ന് കേൾക്കണം." മത്തായിച്ചൻ എല്ലാവരെയുമായി ഒന്ന് നോക്കി, എന്നിട്ട് ഉച്ചത്തിൽ പറഞ്ഞു.

"അറിയുവോ... ഈ കഴിഞ്ഞ ഇടവത്തിനു, എന്റെ ദേഹത്ത് ഒരു കുരു വന്നു. ഈ കുരു കാരണം എനിക്ക് ഒന്ന് ഇരിക്കാനോ നടക്കാനോ പോലും പ്രയാസമായിരുന്നു. ഈ എണ്ണ പ്രാർത്ഥിച്ച് ചന്തിയിലെ കുരുവിൽ തേച്ച് രണ്ടു ദിവസത്തിനുള്ളിൽ അത് വലിഞ്ഞ് ഉണങ്ങി.. ഈ ഇരിക്കുന്ന മണക്കൂസുകൾക്ക് എന്ത് അറിയാം?" ആ എണ്ണയുടെ അത്ഭുതം അറിയിച്ച് മത്തായിച്ചൻ എല്ലാവരെയും നോക്കി, കൂട്ടത്തിൽ ഒരു വിജയ ഭാവത്തിൽ വർക്കിയെയും. വർക്കിച്ചന് പള്ളിക്ക് വേണ്ടി താൻ ചെയ്ത കാര്യങ്ങൾ എല്ലാം വിസ്മരിച്ച് തന്നെ ഒറ്റപെടുത്തുന്നത് താങ്ങാനാവുന്നതിലും അപ്പുറമായിരുന്നു, പോരാതെ ഇത്രയും വലിയ കുടുംബത്തിൽ പിറന്ന തന്നെ വിളിക്കുന്ന പല പേരുകൾ... കലിയാൽ അയാളുടെ മുഖം വിറച്ചു.

"മാതാവിന്റെ എണ്ണ തനിക്ക് ചന്തിയിൽ തേക്കാനാണോടോ എരപ്പെ..!!?" ഈ ആറു വാക്കുകൾക്ക് ഇടയിൽ വർക്കിച്ചാന്റെ കൈ വായുവിലൂടെ പാഞ്ഞു... അത് ആ മുറിയിൽ തിങ്ങി നിന്ന പൊടി പടലങ്ങളെ തള്ളി നീക്കി, മെഴുകു തിരികളുടെ പുകയിൽ ഓളങ്ങങ്ങൾ തീർത്ത് നീണ്ടു വന്നു മത്തായിച്ചന്റെ

മുഖത്ത് പതിച്ചു.. ആരും പ്രതീക്ഷിക്കാത്ത ഒരു നിമിഷമായിരുന്നു അത്, എന്തിനു പറയുന്നു അടിച്ച വർക്കിച്ചൻ പോലും.

ൟ

വെയിൽ മങ്ങി ഇരുട്ടിലേക്ക് നീങ്ങുന്ന നേരം, ടാർ ഇട്ടു പൊട്ടിയ റോഡിൽ നിന്ന് മുകളിലേക്കു- മത്തായിച്ചന്റെ വീട്ടിലേക്ക്, വെട്ടിയിട്ട ചെമ്മൺ വഴി, അയാൾ കഷ്ടപ്പെട്ട് നടന്ന് കയറി, നിറഞ്ഞ കണ്ണുകളോടെ. വഴിയുടെ രണ്ടു വശവും വലിയ പറമ്പുകൾ, മത്തായിച്ചൻ വീട്ടിൽ എത്തി, ഒരു പഴയ ഓടിട്ട വീട് അതിനു പിന്നിൽ ഒരു മല പോലെ പറമ്പിൽ കുറെ ഫലവൃക്ഷങ്ങൾ. വീട്ടിലേക്ക് പടി കയറുപ്പോൾ അയാൾ വരാന്തയിലെ ചെറു മതിലിൽ അറിയാത്തെ പിടിച്ചു. നേരെ നോക്കിയപ്പോൾ വലിയ മുറിയിലേക്കുള്ള വാതിൽ തുറന്നു കിടക്കുന്നുണ്ട്. പക്ഷെ മത്തായിച്ചൻ തിണ്ണയിലൂടെ നടന്നു ഇടത്ത് വശത്തുള്ള ചെറിയ മുറിയിലേക്കു കയറി.

വീടിനു പിന്നിൽ അടുക്കളയിൽ നിന്ന് പുറത്തേക്കുള്ള വാതിലിന്റെ കട്ടളയിൽ ഇരുന്നു വരാൽ വെട്ടി വൃത്തിയാക്കുന്ന തിരക്കിലായിരുന്നു മറിയത്താത്തി. വൈകുന്നേരത്തെ മീൻ കൂട്ടാന്റെ കാര്യം മാത്രമേ മറിയത്താത്തിയുടെ മനസ്സിൽ ഉണ്ടായിരുന്നുള്ളു. താത്തി ഒന്ന് തിരിഞ്ഞു നോക്കിയാൽ അടുക്കളയിൽ നിന്ന് വലിയ മുറിയുടെ വാതിൽ വഴി വരാന്തയിലൂടെ നടന്നുപോയ മത്തായിച്ചനെ കാണാമായിരുന്നു, പക്ഷെ താത്തിക്ക് കേൾവി കുറച്ച് കുറവാണ്, മത്തായിച്ചൻ എത്തിയ കാര്യം താത്തി അറിഞ്ഞത് പോലുമില്ല. മീൻ വെട്ടുന്നതിനിടെ നെറ്റിയിൽ വന്നിരുന്ന ചെറിയ ഈച്ചയെ താത്തി കത്തി പിടിച്ച കൈയുടെ പുറം കൊണ്ട് തട്ടി ഓടിച്ചു. വരാലിനെ വെട്ടിയ ചോര കലർന്ന വെള്ളം കുറച്ച് കൈലൂടെ ഒഴുകി, കുറച്ചു കത്തിയിൽ നിന്ന്

തെറിച്ച് മുഷിഞ്ഞ ചട്ടയിലും വീണു. ഇതൊന്നും ശ്രദ്ധിക്കാതെ താത്തി തന്റെ പണി തുടർന്നു.

മുറിയിൽ കയറിയ മത്തായച്ചൻ മുണ്ടും ഷർട്ടും മാറാതെ അങ്ങനയെ കട്ടിലിൽ കിടന്നു. മത്തായിച്ചന്റെ പതിവില്ലാത്ത ആ കിടപ്പ് കണ്ട് മുകളിൽ- കഴുക്കോലിൽ നിന്ന് ഓടിലേക്കു വല നെയ്ത്തു കൊണ്ടിരുന്ന എട്ടുകാലികൾ പരസ്പരം നോക്കി അത്ഭുതപ്പെട്ടു. അതുപോലെ തന്നെ മത്തായിച്ചനെ ആശ്വസിപ്പിക്കണം എന്നുണ്ടായിട്ടും അടുത്ത് ചെല്ലാനുള്ള ധൈര്യം ഇല്ലാത്തതു കൊണ്ട് ചുമരിൽ നിന്ന് സുന്ദരി പല്ലി ഒന്ന് ഉച്ചത്തിൽ ചിലച്ചു.

മുകളിലേക്ക് നോക്കി കിടന്ന മത്തായിച്ചൻ ഇതൊന്നും കാണുന്നോ കേൾക്കുന്നോ ഉണ്ടായിരുന്നില്ല. അയാളുടെ കണ്ണുകൾ ഓടും കടന്നു ആകാശവും കടന്ന് അങ്ങ് സ്വർഗ്ഗത്തിലേക്ക് എത്തി നിന്നു. ആകാശമെത്തയിൽ സ്വർണ്ണ കമ്പികളാൽ തീർത്ത കവാടത്തിനു മുന്നിൽ നിന്ന് മത്തായിച്ചൻ അകത്തേക്ക് നോക്കി. പ്രവേശന വാതിലിനുള്ളിൽ സന്തോഷത്തിന്റെയും സമാധാനത്തിന്റെയും അലകൾ അടിക്കുന്നത് മത്തായിച്ചന് പുറത്ത് നിന്ന് അറിയാൻ കഴിയുന്നുണ്ട്, പക്ഷെ തന്റെ മനസ്സിന്റെ വിങ്ങൽ മനസ്സിലാക്കാൻ ഉള്ളിൽ ആരും ഇല്ലാത്ത പോലെ തോന്നി അയാൾക്ക്.

കുറച്ച് നേരം കൂടി മത്തായിച്ചൻ അങ്ങനെ നിന്നു പിന്നെ നടന്ന് ആ കമ്പികളുടെ ഇടയിലൂടെ ഉള്ളിലേക്ക് എത്തി നോക്കി. അവിടെ സ്വർണ്ണ മരങ്ങളുടെ ചില്ലകളിലൂടെ ചെറിയ അണ്ണാൻ കുഞ്ഞുങ്ങൾ ഓടുന്നുണ്ടായിരുന്നു. വളരെ ചെറിയ ശരീരവും വലിയ ചെവിയും അവയേക്കാൾ വലിയ വാലുമുള്ള അണ്ണാൻ കുഞ്ഞുങ്ങൾ..!! അവരെല്ലാം വളരെ സന്തോഷത്തിലായിരുന്നു. പുറത്ത് മത്തായിച്ചനെ കണ്ടു അവർ തുള്ളി തുള്ളി ഓടി വന്നു, കുറച്ച് സമയം നോക്കി

നിന്നിട്ട് അവർ വീണ്ടും മരത്തിലേക്ക് തന്നെ ഓടി പോയി.

പിന്നെയും ഒരുപാട് മൃഗങ്ങളെയും കിളികളെയും കണ്ടു അവർ എല്ലാം തന്നെ വളരെയധികം സന്തോഷത്തിലായിരുന്നു. അവരുടെ സന്തോഷം മത്തായിച്ചനെ വളരെയധികം വ്യസനിപ്പിച്ചു. അയാൾ അവിടെ നിന്ന് തിരിഞ്ഞു നടന്നു. നെഞ്ച് പൊട്ടുന്ന വേദനയുണ്ട് പക്ഷെ താൻ എല്ലായിടത്തു നിന്നും പുറത്താക്കപ്പെട്ടിരിക്കുന്നു. കവാടം തുറക്കാനോ തന്നോട് ഒന്ന് സംസാരിക്കാനോ ആരുമില്ല

"എന്തിന്..?" മത്തായിച്ചന്റെ മനസ്സിൽ ചോദ്യങ്ങളുടെ അണ പൊട്ടി.

"എന്നിട്ടും എന്തിന് എനിക്ക് ഇങ്ങനെ ഒരു അടി..?" ചോദ്യങ്ങൾ ഒന്നിനു പുറകെ ഒന്നായി വന്നുകൊണ്ടിരുന്നു.

"താൻ ദൈവത്തിന് വേണ്ടിയും പള്ളിക്കു വേണ്ടിയും എന്തെല്ലാം ചെയ്തു.. എന്നിട്ടും..!" മത്തായിച്ചൻ നിറഞ്ഞ കണ്ണുകൾ ഇറുക്കി അടച്ച് കണ്ണുനീർ ഒഴുക്കിക്കളഞ്ഞു.

"മോനെ മാത്തു.." സ്നേഹം തുളുമ്പുന്ന ആ വിളിയിൽ അയാൾ കണ്ണ് തുറന്നു. മുന്നിൽ വിളഞ്ഞു നിൽക്കുന്ന വിശാലമായ പാടം, കാറ്റിൽ അലയടിക്കുന്ന കതിരുകൾ..! ആകാശത്ത് നിന്ന് താനെപ്പോഴാണ് ഈ പാടത്ത് എത്തിയത്? മത്തായിച്ചൻ ചുറ്റും നോക്കി.

"മോനെ മാത്തു.." വരമ്പിൽ പണി കഴിഞ്ഞ് കയറി വരുന്ന ചീക്കു മാപ്പിള- മത്തായിച്ചന്റെ അപ്പൻ..

മത്തായിച്ചന്റെ വിഷമങ്ങളും ഹൃദയ വേദനയും പെട്ടെന്ന് ഇല്ലാതായി, അയാളുടെ കവിളിലെ കണ്ണുനീർ ഒരു മഞ്ഞുകണം പോലെ അലിഞ്ഞു പോയി. അയാൾ അതിയായ സന്തോഷത്തിൽ അപ്പന്റെ അടുത്തേക്ക് ഓടിച്ചെന്നു. മത്തായിച്ചൻ പണ്ടത്തെ പത്ത് വയസ്സുകാരൻ മാത്തുവായി മാറി. പാട വരമ്പിൽ ചീക്കു മാപ്പിളയുടെ കൈയിൽ പിടിച്ചു

നടന്നു അയാൾ.

"അപ്പാ.. ഞാൻ സ്വർഗം കണ്ടു.. സ്വർണ്ണം നിറഞ്ഞ ആകാശമെത്തയിലെ സ്വർഗം.." വള്ളി കളസ്സക്കാരൻ മാത്തു തല ഉയർത്തി അപ്പനെ നോക്കി പറഞ്ഞു.

"അപ്പോൾ ഇതോടാ മോനെ.." ചീക്കുമാപ്പിള മാത്തുവിന്റെ ചുവന്ന കവിളിൽ ഒരു നുള്ളു കൊടുത്തു എന്നിട് എടുത്തു തോളിൽ ഇരുത്തി വരമ്പിലൂടെ നടന്നു.

എന്തോ വല്ലാത്ത സന്തോഷം തോന്നി മാത്തുവിന്. ദൂരെ സൂര്യൻ ചുവന്നു അസ്തമിക്കുന്നു, ചെറു പറവകൾ അത് എത്തിപിടിക്കാനെന്നോണം പറക്കുന്നു. ആ വെളിച്ചം വയലിൽ തട്ടി മഞ്ഞച്ചു മാത്തുവിന്റെ വിഷമത്താൽ ചുവന്ന മുഖത്ത് വീണു. ആ മാത്രയിൽ അവന്റെ വിഷമങ്ങൾ ചെറുകാറ്റിനൊപ്പം പറന്ന് അകന്നു.

"അപ്പാ.. ഇതാണ് അപ്പ സ്വർഗം" മാത്തു ചുറ്റിലും കണ്ട പച്ചപ്പും തെളിച്ചവും നോക്കി ഉച്ചത്തിൽ വിളിച്ചു പറഞ്ഞു.

"അതേടാ മോനെ.. ഇതാണ് സ്വർഗം. നീ കണ്ടത്ത് പൊള്ളയായ സങ്കൽപ്പം അല്ലേടാ. അവിടെ തിളക്കം മാത്രേ ഉള്ളു, സ്വാർത്ഥതയുടെ തിളക്കം.. തിളക്കം മാത്രം നോക്കി മനസ്സ് കാണാത്ത ആളുകളും. സത്യത്തിൽ അതല്ലേ കുഞ്ഞേ നരകം.." അത് പറഞ്ഞ് ചീക്കു മാപ്പിള മാത്തുവിനെ ഇറക്കി വയലിലെക്ക് നിർത്തി.

അവന്റെ കാലിലെ വിരലുകളുടെ ഇടയിലൂടെ ചെളി പൊങ്ങി വന്നു, ആ ഈർപ്പം അവനിൽ ഒരു കുളിർ കൊണ്ടു വന്നു. അവൻ ചുറ്റും നോക്കി പാമ്പുകൾ ഇഴയുന്നു, തവളകൾ ചാടുന്നു, പാറ്റകളും പഴുതാരകളും എല്ലാം ഉണ്ട് പക്ഷെ പേടി തോന്നുന്നില്ല മനസ്സിൽ ഒരു സന്തോഷം. അവൻ ചെളിയിൽ വീണ്ടും വീണ്ടും കാലുകൾ ചവിട്ടി ഇറക്കി. അവൻ വരമ്പിൽ ചെറിയ അല തീർക്കുന്ന വെള്ളത്തിൽ നോക്കി, ചെറു മീനുകൾ.. സൂചിമീനും തുപ്പല് കുടിയനുമെല്ലാം നീന്തി

നടക്കന്നു, പ്രാണികൾ പറന്ന് നടക്കുന്നു.. പിന്നെ വെള്ളത്തിന്റെ ഇളക്കത്തിൽ ഒരു നിഴൽ.

"അണ്ണാ ഉങ്കൾക്ക് പെരിയ മീന പുടിച്ച് വച്ചിരിക്ക്.. കൊണ്ട് പോങ്ക്.." അയാൾ തല ഉയർത്തി നോക്കി ഒരു തമിഴത്തി ഒരു കൈ കുഞ്ഞിനെ മുതുകിൽ കെട്ടി, കൊട്ട കുത്തി പിടിച്ച വരാലുകളെ നീട്ടുന്നു.

പെട്ടെന്ന് മത്തായിച്ചൻ ചുറ്റും നോക്കി ചീക്കു മാപ്പിള ഇല്ല..! താൻ പഴയ പത്ത് വയസ്സുകാരൻ മാത്തുവല്ല, അപ്പൻ കൂടെയില്ല എന്ന് കണ്ടപ്പോൾ അയാൾക്ക് എന്തോ വിഷമം പക്ഷെ അതിന്റെ നീരസം ആ തമിഴത്തിയോട് കാണിക്കാൻ അയാൾക്ക് മനസ്സ് വന്നില്ല.

"വീട്ടിൽ കൊടുത്ത് കാശ് വാങ്ങു". അതും പറഞ്ഞ് അയാൾ ആ വരമ്പിലൂടെ ദൂരെ നോക്കി നടന്നു. ഒരു നിരാശ അയാളെ മൂടുന്നു.

അപ്പന്റെ ഓർമ്മ എന്തോ വല്ലാത്ത ഒരു വ്യസനം അയാളിൽ നിറക്കുന്നത് പോലെ, അയാൾ പള്ളിയിലേക്ക് നടന്നു. പല ചിന്തകളിൽ കുറുകി നടന്നു ചെന്ന് നിന്നത് വീട്ടിലും, ചാണകം മെഴുകിയ ചുണ്ണാമ്പ് തേച്ച പാതി ഓലയിലും ഓടിലും തീർത്ത അയാളുടെ പഴയ വീട്. ഓർമ്മകളുടെ കയത്തിൽ എന്തോ നഷ്ടപ്പെട്ട വേദനയിൽ അയാൾ മുറിയിൽ കടന്നു. ചാണകം മെഴുകിയ തറയിൽ കിടന്നു, അതിന്റെ തണുപ്പ് അയാൾക്ക് വല്ലാത്ത ഒരു ആശ്വാസം കൊടുത്തു.

അയാൾ മുട്ട് കുത്തി പ്രാർത്ഥിക്കാൻ തുടങ്ങി, സമാധാനത്തിനും വെളിച്ചത്തിനും വേണ്ടി. എത്ര നേരം എന്നറിയില്ല അരികിൽ ചീക്കു മാപ്പിളയുടെ ഗന്ധം അറിഞ്ഞപ്പോൾ അയാൾ കണ്ണ് തുറന്നു, അപ്പനെ നോക്കി എന്തോ നഷ്ടപ്പെട്ടവനെ പോലെ അയാൾ പൊട്ടി കരഞ്ഞു. ജീവിതത്തിൽ തനിക്ക് എന്തോ നഷ്ടപ്പെട്ടു എന്ന് അയാൾക്ക് തോന്നി.

"മണ്ണിനെയും കല്ലിനെയും അതിലെ തിളക്കത്തെയും വിട്ട് ജീവനുള്ളതിനെ സ്നേഹിക്കു മോനെ മാത്തു..." അത് പറഞ്ഞ് ചീക്കു മാപ്പിള അയാളുടെ മുന്നിൽ നിന്ന് മാഞ്ഞ് തുടങ്ങുന്നത് അയാൾ കണ്ടു. പെട്ടെന്ന് ആ കൈകളിൽ ആണി കയറിയ മുറിവുകൾ കണ്ടു, നെറ്റിയിൽ മുള്ളുകൊണ്ടു മറിഞ്ഞിരിക്കുന്നു.. മാഞ്ഞു പോവുന്നതിനു മുന്നേ ആ ഹൃദയത്തിൽ നിന്ന് രക്തം ഒഴുകുന്നത് അയാൾ കണ്ടു.

✁

മുഷിഞ്ഞ ചട്ടയിൽ കണ്ണീർ തുടച്ച് മറിയത്താത്തി ആശുപത്രി ബെഞ്ചിൽ ഇരുന്നു. അടുത്തിരുന്ന അന്നമ്മയുടെ തോളിലേക്ക് പതിയെ ചാഞ്ഞുപ്പോയി. താൻ ചെയ്ത തെറ്റിന് പ്രായച്ഛരിത്തം എന്നോണം വർക്കിച്ചൻ ആശുപത്രിയിൽ തലങ്ങു വിലങ്ങു ഓടുന്നുണ്ടായിരുന്നു. അയാളുടെ നേരെ വരാനിരിക്കുന്ന കുറ്റപ്പെടുത്തലിന്റെ ചമ്മട്ടിയടികൾ അയാൾ മുൻകൂട്ടി കണ്ടിരുന്നു.

ആശുപത്രിയിലെ വരാന്തയിൽ പാട്ടു പാടി പാറി നടന്ന കുറുമ്പി ഈച്ചകൾ മറിയത്താത്തിയുടെ ചട്ടയിലെ വാരലിന്റെ ചോരയിൽ വന്നിരുന്നു. പിന്നെ പറന്ന് അവരുടെ മുഖമൊക്കെ ഒന്ന് ശരിക്ക് നോക്കി ICU'ന്റെ കണ്ണാടിയിൽ വന്നിരുന്നു നോക്കി. ഉള്ളിൽ മത്തായിച്ചൻ അപ്പോഴും സ്വർഗം നോക്കി കിടക്കുന്നുണ്ടായിരുന്നു.

✁

വികാരിയച്ചൻ അവസാനത്തെ പ്രാർത്ഥന ചൊല്ലുപ്പോൾ ഇടറിയോ എന്ന് എല്ലാവരും ഒന്ന് നോക്കി. ചിമിത്തേരി നിറഞ്ഞു കവിഞ്ഞിരുന്നു. എത്രയും ആളുകൾ ആദ്യമായാണോ അവിടെ എന്ന് വരെ തോന്നിപ്പോയി. എല്ലാവരും വിഷമത്തോടെ വന്നു മൃതദേഹം ഒരു അവസാന നോക്ക് നോക്കി.

കൈയിൽ ഉണ്ടായ മണ്ണും പൂവും ആ ശവപ്പെട്ടിയുടെ മുകളിലേക്ക് ഇട്ട് മത്തായിച്ചൻ തിരഞ്ഞു നടന്നു. വരാൻ പറ്റിയില്ലെങ്കിലും അപ്പന് വാങ്ങി കൊടുത്ത ശവപ്പെട്ടിയിൽ മക്കളുടെ അമേരിക്കൻ നോട്ടിന്റെ പച്ചപ്പ് ഉണ്ടായിരുന്നു എന്ന് മത്തായിച്ചന് തോന്നി. അത്രയ്ക്ക് പ്രൗഢഗംഭിരമായിരുന്നു ആ ശവപ്പെട്ടി. ചിലർ അത് കാണാൻ വേണ്ടി തന്നെ വന്നു എന്നാണു കേട്ടത്.

"പുറത്തേക്ക് ഇറങ്ങാറായോ മത്തായിച്ചോ.. എന്ന ഇനി പള്ളിയിലേക്കൊക്കെ ഒന്ന്...?" അച്ചൻ ചോദിച്ചു.

"അങ്ങനെ ഇറങ്ങാറായില്ല അച്ചോ, പക്ഷെ വർക്കിയെ അവസാനമായി ഒന്ന് കണ്ടില്ലേൽ എങ്ങനാ.. "മത്തായിച്ചൻ ഒന്ന് നിർത്തി.

"അന്ന് ഹൃദയം നിന്ന് ആശുപത്രിയിൽ കിടന്നപ്പോൾ പെട്ടെന്ന് ഓടി വന്നത് ഇവരൊക്കെ അല്ലെ അച്ചോ.." മത്തായിച്ചൻ പറഞ്ഞു ഒപ്പിച്ചു.

"അതെ.. അതെ.. വർക്കിച്ചൻ പോയത് വീട്ടുകാർക്ക് മാത്രമല്ല പള്ളിക്കും നാട്ടുകാർക്കും വല്ല്യ ഒരു നഷ്ടമാ മത്തായിച്ചോ." അതിനു ഒരു മറുപടി പറയാൻ മത്തായിച്ചന് ഒന്നുമുണ്ടായില്ല.

"ഒരുപാട് കാര്യങ്ങൾ ആലോചിച്ച് വച്ചിട്ട വർക്കിച്ചൻ അങ്ങുപോയത്.. അല്ല മത്തായിച്ചന് കുറെ ഒക്കെ അറിയാവല്ലോ. ഇനി ആ കുരിശ്ശ് സ്വർണ്ണം പൂശുന്നതിനൊക്കെ ഓടാൻ ആരാ ഉള്ള മത്തായിച്ചോ.. നിങ്ങളൊക്കെ അല്ലെ നമുക്കുള്ളൂ.." ഇത് പറയുപ്പോഴേക്കും വർക്കിച്ചന്റെ പ്രീയപതി അച്ഛരന് മുന്നിൽ വന്ന് വണങ്ങി നിന്നു.

"അച്ചോ, എന്റെ വർക്കിച്ചന് വേണ്ടി നല്ലവണ്ണം ഒന്ന് പ്രാർത്ഥിക്കണേ.." അവർ തേങ്ങി.

"വർക്കിച്ചന് നല്ലതേ വരൂ കുഞ്ഞേ ഞങ്ങളുടെ പ്രാർത്ഥന ഒക്കെ ഇല്ലേ..?". ഇത് പറഞ്ഞു അച്ഛരൻ മത്തായിച്ചനെയും

നോക്കി "കൂടെ ഇല്ലേ?" എന്ന അർത്ഥത്തിൽ.

"ഇച്ചായൻ സ്വർഗ്ഗത്തിലെ പോകു അച്ചോ.. ഞാൻ കണ്ടതാ.. ആകാശ മെത്തയിൽ സ്വർണ്ണ കമ്പികളിൽ തീർത്ത കവാടം കടന്ന് എന്റെ ഇച്ചായൻ നടന്ന് പോവുന്നത്. അവിടെ സ്വർണ്ണ മരങ്ങളും കിളികളും അണ്ണന്മാരും എല്ലാം ഉണ്ടായിരുന്നു..." അവർ അത് പറഞ്ഞു മുകളിലേക്ക് നോക്കി കൈകൂപ്പി.

പെട്ടെന്ന് മത്തായിച്ചൻ തിരിഞ്ഞു നടന്നു, അച്ഛരൻ എന്തൊക്കെയോ പറയുന്നുണ്ടായിരുന്നു. ഈ കേട്ടത് സത്യമാവല്ലേ എന്ന് അയാൾ മനസ്സിൽ പ്രാർത്ഥിച്ചു. എന്തൊക്കെ പറഞ്ഞാലും വർക്കിച്ചൻ കുറച്ച് പേർക്കെങ്കിലും നല്ലത് ചെയ്തിട്ടുണ്ടാവും മത്തായിച്ചൻ മനസ്സിൽ ഓർത്തു.

വീട്ടിലേക്ക് നടക്കുന്ന വഴിയിൽ മീൻ വിൽക്കാനായി നിൽക്കുന്ന തമിഴത്തിയെയും കുട്ടിയെയും അയാൾ കണ്ടു. അവരുടെ പിന്നിൽ വിളഞ്ഞു നിൽക്കുന്ന വിശാലമായ ഒരു പടവും. അവരെയും കൂട്ടി വീട്ടിലേക്ക് നടക്കുമ്പോൾ വീടിനു പിന്നിലെ പറമ്പിൽ അവർക്കായി ഒരു ചെറിയ കുടിൽ അയാൾ മനസ്സിൽ കണ്ടിരുന്നു. നല്ല ചെളിയുടെ മണമുള്ള ഒരു കുളിർകാറ്റ് മുഖം തലോടി അപ്പോൾ അതിലെ പോയി.

10

നമ്പർ നാല്

മഞ്ഞയും വെള്ളയും നിറമുള്ള ആ ബഹുനില കെട്ടിടത്തിലെ പത്താം നിലയിലെ ഫ്ലാറ്റ്, മുറികളിൽ എല്ലാം തന്നെ ഇരുട്ട് നിറഞ്ഞിരിക്കുന്നു. അതിലെ കിടപ്പ് മുറിയിലെ ഫാനിൽ ഒരു ബെഡ്ഷീറ്റ് താഴെ ഒരു തുറന്ന കുടുക്ക് ഇട്ടു കെട്ടിയിരിക്കുന്നു, തൂങ്ങി മരിക്കാൻ ആണ്. അവൻ ആ തുണി ഒന്ന് കൂടി വലിച്ച് നോക്കി, കെട്ട് ബലമുള്ളതാണ്, താഴെ കുടുക്കിലേക്ക് തലയിട്ട് ഒരു ദീർഘശ്വാസം എടുത്തു പിന്നെ ഫോണിലേക്കു നോക്കി. ഫോണിന്റെ സ്ക്രീൻ നോക്കവേ അവന്റെ നിറകണ്ണുകൾ അടഞ്ഞു. ഒരു സ്റ്റൂൾമറിഞ്ഞു വീഴുന്നു ഒപ്പം ആ തുണി വലിഞ്ഞു. ഫാൻ അതിനു അത്ര പരിചിതമല്ലാത്ത രീതിയിൽ ചലിക്കാൻ തുടങ്ങി, ഇരു ദിശകളിലേക്കും തിരിയുകയും നിൽക്കുകയും വീണ്ടും തിരിയുകയുമെല്ലാം ചെയ്തു. നിരാശയുടെയും കുറ്റബോധത്തിന്റെയും ചൂണ്ടയിൽ കുടിങ്ങി പിടയിലിന്റെ ഗദ്ഗദങ്ങൾ, ഒപ്പം ഫാൻ അത് നാട്ടിയിരിക്കുന്ന കമ്പിയിൽ ഉരയുന്ന ശബ്ദങ്ങളും ഉയർന്നു. ഒരേ പാട്ടിനു താളമിടുന്ന രണ്ടു ഉപകാരങ്ങൾ പോലെ അത് തുടർന്നു. മെല്ലെ ഫാനിന്റെ നിലവിളി താഴ്ന്നു ഒപ്പം അതിന്റെ താഴെയുള്ള ഇളക്കവും. ഫാൻ വീണ്ടും ഒന്ന് രണ്ടു തവണ ശബ്ദിച്ച് മൗനത്തിലാണ്ടു. ശേഷം ആത്മാവ് ഒഴുകുന്ന ഒരു

ചെറുകാറ്റിൽ പതിയെ.. വളരെ പതിയെ അത് തിരിഞ്ഞു.

൭

"മൗനം പോലും മധുരം.. ഈ മധു നിലാവിൻ മഴയിൽ..." മനോഹരമായ ഒരു യുഗ്മഗാനത്തിനൊപ്പം മൂളി വിഷ്ണു രാഗിണിയെ നോക്കി ചിരിച്ചു. പിന്നെ തല തിരിച്ചു നീണ്ടു നിവർന്നു കിടക്കുന്ന ഹൈവേയിലേക്ക് നോക്കി കാർ സ്റ്റിയറിംഗിലൂടെ കൈ ഓടിച്ചു. രാഗിണി വിഷ്ണുവിന്റെ മൂളലും, ചിരിയും പാട്ടിനൊത്തുള്ള തലയാട്ടലുമെല്ലാം കൺചിമ്മാതെ നോക്കികൊണ്ടിരുന്നു.

"സരിയ പാത്ത് ഓട്ടുങ്കെ... " ഒരു പുഞ്ചിരിയോടെ അവൾ അവനെ ശകാരിച്ചു. വിഷ്ണു വല്ലാത്ത സന്തോഷത്തിലാണ്, അവളെ നോക്കി ഒന്ന് കണ്ണിറുക്കി പിന്നെ മൂളൽ നിർത്തി സ്റ്റീരിയോയിലെ പാട്ടിനൊപ്പം അവൻ പാടാൻ തുടങ്ങി. രാഗിണി കണ്ണട ഊരി മടിയിൽ വച്ചു, നീല പൂക്കൾ പാകിയ വെള്ള ഷാൾ കൊണ്ട് മുഖം തുടച്ചു. മുഖം തുടക്കുന്നതിനിടയിൽ അവൾ വിഷ്ണുവിനെ നോക്കി. അവൾ അവനെ ഒരു ചെറുപുഞ്ചിരിയോടെ നോക്കിക്കൊണ്ടേ ഇരുന്നു. അവളുടെ തിളക്കമാർന്ന കണ്ണുകൾ അവനെ നോക്കി ഏതോക്കെയോ ചിന്തകളുടെ ചുഴിയിലേക്ക് ഊളിയിട്ടു. പതിയെ അവളുടെ കണ്ണുകളുടെ തിളക്കം മങ്ങി മങ്ങി വന്നു, അവളുടെ മുഖത്തെ ചിരി അടർന്നു വീണു. അവളുടെ മുഖത്തെ മാറ്റം ശ്രദ്ധയിൽപ്പെട്ട വിഷ്ണു പാട്ട് പാടുന്നത് നിർത്തി.

"എന്താ..? എന്തു പറ്റി രാഗിണി..?" റോഡിൽ നിന്ന് കണ്ണെടുത്ത് അവൻ അവളെ നോക്കി ചോദിച്ചു.

"ഇത് സരിയ..?" അവൾ താഴെ നോക്കി.

"എനക്ക് ഇത് യെതോ തപ്പ് മാതിരിയിരുക്ക് " അവൾ പറഞ്ഞു.

"ദേ.. വീണ്ടും ഈ വർത്തമാനം പറയരുത്.. ഉൻകിട്ടെ ഞാൻ എല്ലാം പറഞ്ഞതല്ലേ.." വിഷ്ണുവിന് ദേഷ്യം വന്നു.

"ഉനക്കും അന്ത കോവിലിൽ പോവണം എന്ന് പറഞ്ഞിട്ടല്ലേടി ഫ്രണ്ടിനോട് ഞാൻ ഈ കാർ കടം വാങ്ങി വന്തത്.." രാഗിണിയുടെ കണ്ണ് ചെറുതായി നിറഞ്ഞത് പോലെ വിഷ്ണുവിന് തോന്നി.

"പുല്ല്.. " വിഷ്ണു ദേഷ്യത്തിൽ കാർ സൈഡിലേക്ക് ഒതുക്കാൻ തുടങ്ങി. വണ്ടി നിർത്താൻ തുടങ്ങിയതും രാഗിണി തല ഉയർത്തി.

"അയ്യയ്യോ.. കാർ നിപ്പാട്ടാ വേണാ.. പോവലാം..."

"സോറി.. നാൻ വന്ത് സുമ്മ സൊന്നത്... കാർ എടുങ്കെ പ്ലീസ്.." അവൾ വേഗം ഗിയർ ലിവറിൽ ഇരുന്ന അവന്റെ കൈയിൽ പിടിച്ചു.

"വിച്ചു.. പ്ലീസ്.." അവൾ അങ്ങനെയാണ്, "വിച്ചു" എന്ന വിളിയിൽ വിഷ്ണുവിനോട് അവൾക്കുള്ള എല്ലാ സ്നേഹവും കലർത്താറുണ്ട് അവൻ രോഷത്തോടെ അവളെ ഒന്ന് നോക്കി, പിന്നെ ഗിയർ മാറ്റി വണ്ടി എടുത്തു.

"സോറി വിച്ചു.." അവൾ അവന്റെ കൈത്തണ്ട എടുത്ത് അവളുടെ കവിൾ വച്ചു പിന്നെ അതിൽ ഒരു മുത്തം കൊടുത്തു. വിഷ്ണു വീണ്ടും അവളെ ഒന്ന് നോക്കി പിന്നെ പതിയെ ചിരിച്ചു. സ്റ്റീരിയോയിൽ വന്ന അടുത്ത യുഗമഗാനത്തിനൊപ്പം അവൻ മൂളാൻ തുടങ്ങി. ഒപ്പം അവളെ ഒന്ന് തലോടി. വീണ്ടും ഹൈവേയിലൂടെ ആ വണ്ടി ചീറി പാഞ്ഞു.

◠

മഞ്ഞയും വെള്ളയും നിറമുള്ള ആ ബഹുനില കെട്ടിടത്തിലെ പത്താം നിലയിലെ ഫ്ലാറ്റ്, മുറികളിൽ എല്ലാം തന്നെ വെളിച്ചം നിറഞ്ഞിരിക്കുന്നു. അതിലെ കിടപ്പ്

മുറിയിലെ ബാത്ത് റൂമിൽ നിന്ന് തല തോർത്തിക്കൊണ്ട് ഇറങ്ങിയ വിഷ്ണു. ടവൽ ബെഡിലേക്ക് എറിഞ്ഞു, ബെഡിൽ തന്നെ കിടന്ന ഫോൺ എടുത്തു നോക്കി, എന്തൊക്കെയോ നോട്ടിഫിക്കേഷൻസ് വന്നിട്ടുണ്ട്. അവൻ അതിലൂടെ വിരലോടിച്ചു, അത് ഒന്ന് ഒന്നായി മുകളിലേക്ക് മഞ്ഞു പോയി പെട്ടെന്ന് ഒന്നിൽ നിന്നു- ജോർജിന്റെ മെസ്സേജിൽ, അതിനു താഴെ തന്നെ ജോർജിന്റെ ഒന്ന് രണ്ടു മിസ്ഡ് കോൾസും ഉണ്ട്. ഡിഗ്രി പഠിക്കുമ്പോൾ കൂടെ ഉണ്ടായതാണ്, അന്ന് അവന്റെ കൂടെ ആയിരുന്നു താമസവും. കുറെ നാളുകൾക്കു ശേഷമാണ് അവന്റെയൊക്കെ ഒരു മെസ്സേജ് കാണുന്നത്. വിഷ്ണു വേഗം ആ മെസ്സേജ് എടുത്തു.

"നീ ഓർക്കുന്നോ ഇവളെ?" എന്ന മെസ്സേജിന് താഴെ ഒരു വീഡിയോ ആയിരുന്നു. അത് ഡൗൺലോഡ് ആവുന്ന സമയം തന്നെ അതാ വരുന്നു ജോർജിന്റെ കാൾ.

"എടാ ജോർജേ.. സുഖാണോടാ തടിയാ നിനക്ക്..." ഫോൺ എടുത്ത ഉടനെ വിഷ്ണു ചോദിച്ചു.

"ആടാ.. നിനക്ക് സുഖല്ലേ.." ജോർജിന് അത്ര സന്തോഷം ഉള്ളതുപോലെ വിഷ്ണുവിന് തോന്നിയില്ല.

"അങ്ങനെ ഒക്കെ പോകുന്നെട... കുറെ നാളായില്ലേടാ ഒന്ന് വിളിച്ചിട്ടു.. നിനക്ക് എന്താ പരുപാടി?"

"ഹിന്ദിക്കാരെ പറ്റിക്കൽ തന്നെ..?" വിഷ്ണു ചിരിച്ചു കൊണ്ട് പറഞ്ഞു, അതിനിടയിൽ അവൻ ഒരു ബനിയൻ എടുത്തിട്ടു.

"വിഷ്ണു, നീ ആ വീഡിയോ കണ്ടിരുന്നോ..?" ജോർജ് മരവിച്ച ശബ്ദത്തിൽ ചോദിച്ചു.

"എന്താ... ആരാടാ...?" വിഷ്ണു പെട്ടെന്ന് ഫോണിൽ നോക്കി വീഡിയോ ഡൗൺലോഡ് ആവുന്നതേ ഉള്ളു.

"ഇല്ലെടാ.. എന്താ കാര്യം..?" വിഷ്ണു പറഞ്ഞു.

"അത് രാഗിണി ആണെടാ.." ജോർജ് നിരാശയോടെ പറഞ്ഞു.

൭

പോയതിൽ നിന്ന് വിഭിന്നമായി വളരെ മൂകമായിരുന്നു തിരിച്ചുള്ള യാത്ര. വിഷ്ണുവിന് സ്റ്റീരിയോയിലെ പാട്ടിനൊപ്പം പാടാനോ... എന്തിന് റോഡ് നോക്കി ശരിക്ക് വണ്ടി ഓടിക്കാൻ പോലും കഴിയുന്നില്ല. അവൻ രാഗിണി ഇരിക്കുന്ന ഭാഗത്തേക്ക് നോക്കിയതേ ഇല്ല. രാഗിണി താഴെ നോക്കി ഒന്നും മിണ്ടാതെ ഇരുന്നു. വല്ലാത്ത ഒരു വേദനയുടെ വിങ്ങൽ ആ കാറിനുള്ളിൽ നിറഞ്ഞു. സ്റ്റീരിയോയിലെ പാട്ടു പോലും പുറത്തേക്ക് വരൻ മടിച്ച പോലെ, സൂര്യൻ അസ്തമിച്ചില്ല എങ്കിലും ആ കാർ ഇരുൾ വിഴുങ്ങിയ പോലെ ഇരുണ്ടിരുന്നു. ഒരു മഹാമാരിക്കുള്ള ഇടിയും കാർമേഘവും പെയ്യാതെ ആ കാറിനുള്ളിൽ തങ്ങി നിന്നു.

രാഗിണിയുടെ മുഖം വിണ്ടുകീറിയ ഒരു മരുഭൂമി പോലെ വരണ്ടിരുന്നു. കണ്ണീരൊഴുകിയ ഉപ്പിന്റെ പാടുകൾ, വറ്റിയ പുഴകളുടെ ഓർമ്മ കണക്കെ മുഖത്ത് പറ്റി നിന്നു. എങ്കിലും ആ കൺപീലികൾ നനഞ്ഞു തന്നെയായിരുന്നു ഇരുന്നത്.

ഓർമ്മകളുടെയും ചിന്തകളുടെയും വളവുതിരിവുകൾ കടന്നു വണ്ടി അങ്ങനെ പൊയ്ക്കൊണ്ടിരുന്നു. എങ്ങും നിൽക്കാതെ നീണ്ട മൂക യാത്രയ്ക്ക് ഒടുവിൽ കാർ നിന്നു. രണ്ടു നിമിഷം അവിടെ തന്നെ ഇരുന്ന രാഗിണി ഉള്ളിലെ നീറ്റലിൽ ആഴ്ന്ന കണ്ണുകൾ അനക്കാതെ പറഞ്ഞു.

"നീങ്കെ നാളേക്ക് പോക പോരെൻ, ഇല്ലായ?" ഒന്ന് നിർത്തി

"സരി.. ഇനി മേൽ എന്നെ പാക്ക വരാതെ.." ഏറെ നേരമായി പീലിയിൽ താങ്ങി ഇരുന്ന ആ കണ്ണീർ തിളച്ചു പുറത്തേക് ചാടി, മുന്നേ ഒഴുകിയ ചാലുകളിൽ ഒന്നിലൂടെ ഒഴുകി. ആ തുള്ളി ഒഴുകിയ വഴി കനൽ കൊണ്ട് പൊള്ളുന്ന

പോലെ അവൾക്കു നൊന്തു.

"ദയവ് സെയ്ഞ്ച് വരാതെ..." അത് കൂടി പറഞ്ഞു അവൾ വണ്ടിയുടെ ഡോര് തുറന്നു ഇറങ്ങി.

"രാഗിണി.." വിഷ്ണു എന്തോ പറയാനായി അവൾ ഇറങ്ങിയ വഴി ഡോറിനു പുറത്തേക്കു നോക്കി.

"സോ..." സോറി എന്ന് പൂർത്തിയാക്കുന്നതിനു മുന്നേ ആ ഡോര് അടഞ്ഞു. അവൾ കാറിനു പിന്നിലേക്ക് നടന്നു. അവൻ വണ്ടിയിൽ നിന്നിറങ്ങണമോ എന്നാലോചിച്ചു സ്റ്റീറിംഗിങ്ങിൽ ഒന്ന് മുറുകെ പിടിച്ചു പിന്നെ കണ്ണാടിയിൽ അവൾ പോകുന്നത് നോക്കി ഒരു നിമിഷം ഇരുന്നു. ചിന്തകളിൽ നിന്ന് ഉണർന്നപ്പോൾ ഒരു ദീർഘ നിശ്വാസം എടുത്തു, സ്റ്റീറിംഗിങ്ങിൽ ഒന്നു കൂടി ബലമായി പിടിച്ചു. ഇതേ കാറിൽ രാവിലെ ഉണ്ടായിരുന്ന വസന്തം വഴിമാറി ഇപ്പോൾ വേദനകളുടെ ഇല പൊഴിച്ച് അത് റോഡിലൂടെ പതിയെ നീങ്ങി.

൭

"അവളുടെ ഡ്രസ്സ് എനിക്ക് ഓർമയുണ്ട്.. അന്നത്തെ അതെ നീലയും വെള്ളയും ഡ്രസ്സ്... നിന്റെ നമ്പർ ഫോര് അവസാനിച്ചു എന്ന് പറഞ്ഞ ദിവസത്തെ അതെ ഉടുപ്പ്.." ജോർജ് പറഞ്ഞ് നിർത്തി.

പെട്ടെന്ന് വിഷ്ണിവിനു ഒരു ഉൾകിടിലം ഉണ്ടായി. അവൻ ഫോൺ വച്ച് ആ വീഡിയോ നോക്കി. അത് ഡൗൺലോഡ് ആയി കഴിയുന്നതേ ഉള്ളു. അവൻ ഫോൺ മുകളിക്ക് ഉയർത്തി മുറിക്കു തെക്ക് വടക്ക് നടന്നു. അവന്റെ ഉള്ളിൽ പല ചിന്തകൾ ഉലഞ്ഞാടി.. ആ വിഡിയോയിൽ എന്ത് വേണേൽ ആവാം.. ജീവിതം തന്നെ നശിക്കാൻ പോവുന്നത് പോലെ അവനു തോന്നി. വീഡിയോ ഡൗൺലോഡ് ആയി കഴിഞ്ഞതും അവൻ അത് പ്ലേ ചെയ്തു, ഫോണിന്റെ വെളിച്ചം കണ്ണുകളിൽ

മിന്നി പക്ഷെ ഫോണിൽ ശബ്ദം വരുന്നില്ലായിരുന്നു. അവൻ ഫോണിന്റെ ശബ്ദം കൂട്ടുന്ന ബട്ടൺ നിർത്താതെ അമർത്തി പക്ഷെ അത് മൂകമായി തന്നെ തുടർന്നു. വിഷ്ണു ആ വീഡിയോ ഓടിച്ച് ഓടിച്ച് കണ്ടു.. വീണ്ടും ഒന്ന് കൂടെ ഓടിച്ച് ഓടിച്ച് കണ്ടു, ഒപ്പം അതിന്റെ ശബ്ദം കൂട്ടിയും കുറച്ചും നോക്കി. ആശ്വാസത്തിന്റെ ഒരു കാറ്റ് അവന്റെ ഉള്ളിൽ നിന്ന് പോയി. അവൻ നെറ്റി തടവി, അപ്പോഴേക്കും അവൻ വിയർത്തിരുന്നു. പെട്ടെന്ന് ഫോൺ റിംഗ് ചെയ്തു.

"ഹലോ.." ജോർജ് ആയിരിന്നു.

"ഹലോ.. എടാ തടിയാ.. മനുഷ്യനെ പേടിപ്പിച്ചു കളഞ്ഞല്ലോ.." വിഷ്ണു ആശ്വാസത്തിന്റെ ചെറിയ ചിരിയോടെ പറഞ്ഞു.

"നീ ആ വീഡിയോ കണ്ടോ..?" ജോർജ് നിർവികാരതയോടെ ചോദിച്ചു.

"കണ്ടു... " വിഷ്ണു പുഞ്ചിരിയോടെ പറഞ്ഞു.

"ഞാൻ കരുതി ഞാൻ ആ വിഡിയോയിൽ എവിടെ എങ്കിലും ഉണ്ടാവും എന്ന്" ബെഡിലേക്ക് കേറിയിരുന്ന് വിഷ്ണു പറഞ്ഞു.

"ഭാഗ്യം എന്നെ അതിൽ എവിടേം കാണുന്നില്ല.. പോരാത്തതിന് അതിൽ ശബ്ദവും ഇല്ല" അവൻ ടവൽ എടുത്ത് മുഖത്തിട്ടു ബെഡിലേക്ക് കിടന്നുകൊണ്ട് പറഞ്ഞു. വീണ്ടും ആശ്വാസത്തിന്റെ ഒരു നിശ്വാസം.

൧

വണ്ടി നിർത്തി താക്കോൽ ജോർജിന് കൊടുത്തുകൊണ്ട് വിഷ്ണു ചിരിച്ചു.

"അളിയാ, നീ ശരിക്കും..." ജോർജ് ചോദിച്ചു.

"ഹും..." വണ്ടിയുടെ സൈഡിലേക്ക് ചാരി വിഷ്ണു പറഞ്ഞു.

"അങ്ങനെ നമ്പർ ഫോർ... കഴിഞ്ഞു... ഓഫ്..." വിഷ്ണു കൈ ഒക്കെ ഒന്ന് നിവർത്തി ഞെളിഞ്ഞു. കുറെ വണ്ടി ഓടിച്ചതിന്റെ ക്ഷീണം ഉണ്ടായിരുന്നു. വിഷ്ണു തന്റെ പാന്റും മഞ്ഞ ഷർട്ടും എല്ലാം ഒന്നു തട്ടി നേരെ ആക്കി, അതിൽ നിന്ന് ചെറിയ പൊടി കണങ്ങൾ പാറി പോയി.

"എന്താടാ.. ആ കൊച്ച്.. പാവം" ജോർജ് നിർത്തി അവനറിയാം താൻ പറയുന്നതിൽ കാര്യമില്ലെന്ന്. ചിലപ്പോൾ തോന്നും വിഷ്ണു കള്ളം പറയുന്നതാണെന്നു ചിലപ്പോൾ അല്ലെന്നും. എന്തായാലും കോളേജ് കഴിഞ്ഞു, വിഷ്ണു നാളെ അവന്റെ നാട്ടിൽ പോവും, അപ്പോൾ രാഗിണി..? ജോർജ് കൂടുതൽ ആലോചിക്കാൻ നിന്നില്ല. പക്ഷെ ഇത് എങ്ങനെ ആണെന്നാണ്, അത് വളരെ പാവം പെണ്ണാണ് ആരെയും നോക്കുന്നത് പോലും കണ്ടിട്ടില്ല. ഇവർ താമസിക്കുന്നതിന് അടുത്തുള്ള തുണി കടയിൽ ജോലിക്കു വരും പോവും. അല്ലാതെ വേറെ ഒരു രീതിയിലും ആ കുട്ടിയെ കണ്ടിട്ടില്ല, ജോർജ് ഓർത്തു.

നാട്ടിൽ നിന്ന് ഈ അന്യനാട്ടിൽ വന്നു താമസിക്കുന്ന ആളാണ് വിഷ്ണു. അവൻ അവളെ കാണുന്നതിനു മുമ്പേ തന്നെ ജോർജ് അവളെ കണ്ടിരുന്നു. ജോർജിനൊപ്പം പഠിക്കുന്ന വിഷ്ണുവിനും കൂട്ടുകാർക്കും ജോർജിന്റെ അപ്പൻ ഈ വീട് വാടകക്കയ്ക്കു കൊടുത്തതിനു ശേഷം പഠിക്കാൻ എന്ന് പറഞ്ഞും, നോട്ട് എഴുതാൻ എന്ന് പറഞ്ഞുമെല്ലാം ജോർജും കൂടുതൽ ഈ വീട്ടിൽ തന്നെയാണ് താമസിച്ചിരുന്നത്. പക്ഷെ ഇവർ ഒക്കെ വരുന്നതിനു മുമ്പേ തന്നെ ജോർജ് രാഗിണിയെ കണ്ടിരുന്നു- പക്ഷെ ശ്രദ്ധിച്ചിരുന്നില്ല, വിഷ്ണു അവളെ പറ്റി പറയുന്നത് വരെ.

ഒരു അമ്മ മാത്രമേ ആ പെൺകുട്ടിക്ക് ഉണ്ടായിരുന്നുള്ളു, അമ്മ രോഗം വന്നു വീട്ടിൽ തന്നെ ആയപ്പോൾ പഠനം നിർത്തി ജീവിക്കാനും അമ്മയെ നോക്കാനുമായി ആ തുണി കടയിൽ

ജോലിക്ക് വന്നതാണ്. ജോർജ് അവളെ പറ്റി ഓർത്തു, മങ്ങിയ നിറത്തിലുള്ള ചുരിദാറുകൾ ആയിരിക്കും കൂടുതലും വേഷം, ഷാൾ കഴുത്തിന് രണ്ടു വശത്തു നിന്നും മുന്നിലേക്ക് ഇട്ട് ഒരു ബാഗ് തോളിലിട്ടാണ് കടയിൽ വരാറ്. അവൾ കണ്ണുകളിൽ നോക്കി സംസാരിച്ചും, തല ഉയർത്തി നടന്നും മാത്രമേ കണ്ടിട്ടുള്ളൂ, കഷ്ടപ്പാടുകളുടെ ഭാരം അവളുടെ തല താഴ്ത്തിച്ചിട്ടില്ല എന്ന് ജോർജിന് തോന്നിയിട്ടുണ്ട്. ചെറു പ്രായത്തിൽ തന്നെ പക്വത വന്ന പ്രകൃതം, അത് ചിലപ്പോൾ അവളുടെ കണ്ണടയുടെ ആയിരിക്കും എന്നാണ് വിഷ്ണു പറയാറ്. പക്ഷെ വിഷ്ണു വാങ്ങി കൊടുത്ത ആ ഡ്രെസ്സിൽ ഇന്ന് അവളെ കാണാൻ നല്ല ഭംഗി ആയിരുന്നു, വിഷ്ണു ഇല്ലായിരുന്നെങ്കിൽ.. ജോർജ് ആലോചന നിർത്തി. അല്ലേലും ഈ നല്ല പെൺപിള്ളേർ ഇങ്ങനെയുള്ള കള്ളന്മാരുടെ കൈയിൽ പെടും. അത് ഇനി എന്താവുമോ ആവോ. രാവിലെ അവളെ കണ്ടപ്പോൾ നല്ല ഭംഗിയുണ്ടായിരുന്നു എന്ന് അവളോട് പറയാമായിരുന്നു എന്ന് ജോർജിനു തോന്നി.

☙

"സന്തോഷം അല്ലെ വിഷ്ണു നിനക്ക്..?" ജോർജ് നിർത്തി.

"അല്ല...പിൻ..." വിഷ്ണു പറഞ്ഞു തീർന്നില്ല

""രാഗിണി മരിച്ചു..." ജോർജ് അവന്റെ സംസാരം മുറിച്ചുകൊണ്ട് പറഞ്ഞു

"അറിഞ്ഞോ?" ജോർജ് കുറച്ച് ഉച്ചത്തിൽ ആണ് ചോദിച്ചത്. മുഖത്ത് നിന്ന് ടവൽ എടുത്ത് വിഷ്ണു നേരെ ഇരുന്നു.

"ആ പെണ്ണ് ഇത്ര നാൾ കല്ല്യാണം കഴിക്കാതിരുന്നത് എന്താണ് എന്ന് ഞാൻ ഓർത്തിട്ടുണ്ട്" പെരുമ്പറ ഉയരുന്നത് പോലെ പോലെ ജോർജിന്റെ ശബ്ദം ഉയർന്നു.

"അവൾ മരിച്ചു." ജോർജിന്റെ കണ്ണ് നിറയുന്നത് പോലെ തോന്നി.

"മരിച്ചതല്ല.. കൊന്നതാ അവളുടെ അമ്മ.."

"നിനക്കറിയാമോ, ഇത്ര വർഷം കഴിഞ്ഞിട്ടാണെലും ഈ വീഡിയോ പുറത്തു വന്നപ്പോൾ തന്നെ നാട്ടുകാർക്ക് അത് അവൾ ആണെന്ന് മനസ്സിലായി.." ഇപ്പോൾ ജോർജിന്റെ തേങ്ങൽ കേൾക്കാം എന്നായി. അവൻ ശ്വാസം എടുത്തു കൊണ്ട് പറഞ്ഞു.

"അവൾ എന്നിട്ടും പുറത്ത് വരുമായിരുന്നു.. ജോലിക്കു വരുമായിരുന്നു.. കഴിഞ്ഞ ഒരാഴ്ച്ച നാട്ടുകാർ അവളെ എങ്ങനെയാ നോക്കിയേ എന്നറിയോ? എന്തൊക്കെയാ പറഞ്ഞെ എന്നറിയോ? അവൾ എന്നിട്ടും ജോലിക്കു വന്നു.. എന്റെ ഓഫീസിൽ... അവൾ കരഞ്ഞു ഞാൻ കണ്ടില്ല. ഒന്ന് കേസ് കൊടുക്കാൻ പോലും പോയില്ല." ജോർജിന് കരയുന്നത് മൂലം ശരിക്ക് സംസാരിക്കാൻ പറ്റുന്നില്ലായിരുന്നു.

"അവളുടെ മുഖത്ത് നാണക്കേട് ഇല്ലായിരുന്നു.. അവളുടെ അസുഖം പിടിച്ച് കിടക്കുന്ന അമ്മയെ നോക്കണം എന്ന ദൃഢനിശ്ചയം മാത്രം ആയിരുന്നു. എടാ അവൾ തല ഉയർത്തിയെ നടന്നുള്ളു.. നിനക്ക് പറ്റുമോ അങ്ങനെ?"

"പക്ഷെ അവളുടെ അമ്മ നാണക്കേട് കൊണ്ട് അവളെ കൊന്നു, ഇത്ര നാൾ ജീവിതം ഹോമിച്ചു ആ തള്ളയെ നോക്കിയാ അവളെ അവർ തന്നെ വിഷം കൊടുത്ത് കൊന്നു"

"അപ്പോഴാ നിന്റെ ഒക്കെ.." ജോർജ് നിർത്തി.

"വിഷം കൊടുത്ത് കൊന്നെടാ നാറി അവളെ അവളുടെ അമ്മ..."

"നിനക്ക് കുഴപ്പം ഒന്നുമില്ലല്ലോ.. നീ നശിപ്പിച്ചത് ഒരു കുടുംബം അല്ലേടാ.."

"ഇപ്പം നിന്റെ നമ്പർ എത്രയ ? പത്തോ... പതിനഞ്ചോ..?? "

"ഞാൻ കൂടി കൂട്ട് നിന്നല്ലോടാ ഇതിനൊക്കെ.." ജോർജ് കരഞ്ഞു കൊണ്ട് പറഞ്ഞു.

"എന്റെ കാറിനല്ലെടാ ആ പെണ്ണിനെ കൊണ്ട് പോയി നശിപ്പിച്ചെ.." ജോർജിന്റെ ഫോൺ കട്ടായി പോയി.

വിഷ്ണുവിന്റെ കൈയിൽ നിന്ന് ഫോൺ താഴെ പോയി. ജോർജ് പറഞ്ഞതിൽ പാതി കഴിഞ്ഞു അവനു ഒന്നും കേൾക്കാൻ കഴിഞ്ഞില്ല. ചെവിയിൽ രാഗിണിയുടെ ശബ്ദം ആയിരുന്നു.

"യേമാത്ത കൂടാത് വിച്ചു.." രാഗിണി പണ്ടെപ്പോഴോ പറഞ്ഞത് അന്ന് അവൻ കേട്ടില്ല പക്ഷെ ഇന്ന് അത് ചെവിയിൽ കേട്ട് കൊണ്ടേ ഇരിക്കുന്നു. വിഷ്ണു താഴെ ഇരുന്നു പോയി.. അവൻ അടുത്ത് കിടന്ന ഫോൺ എടുത്തു.. വീണ്ടും ആ വീഡിയോ പ്ലേ ചെയ്തു ഇപ്പോൾ അവനു കേൾക്കാം ആ ശബ്ദം. തേങ്ങുന്ന ശബ്ദം... വേദനയുടെ ശബ്ദം... ഇതുവരെ കേൾക്കാത്ത നൊമ്പരങ്ങളുടെ ശബ്ദം... അത് അവന്റെ ചെവിയിൽ അലയടിച്ചു. ഫോണിന്റെയോ, കുറ്റബോധത്തിന്റെയോ ഭാരം താങ്ങാൻ ആവാതെ അവന്റെ കൈ താഴ്ന്നു വീണു, അവൻ പിന്നിലേക്കും വീണു. അപ്പോഴും വീഡിയോയിലെ ശബ്ദം അവനു കേൾക്കാം. കണ്ണുകൾ അടച്ച് അവൻ ഓർത്തു..

"യേമാത്ത കൂടാത് വിച്ചു.. എനക്ക് എൻ അമ്മവേ നല്ല പാകണം" ഉള്ളിൽ രാഗിണി സംസാരിച്ചു

"കല്ല്യാണത്തുക്ക് അപ്പുറവും എനക്ക് അമ്മവേ പാകണം.. പാവം.. അവര് എനക്കാകെ താൻ ജീവിച്ചത്,"

"എനക്ക് വേലക്ക് പോവണം വിച്ചു.."

"ഇന്ത കാതൽ എതും എനക് വേണ, എൻ പിന്നാലെ വരാതെ..."

പലപ്പോഴായി അവൾ പറഞ്ഞതെല്ലാം അവൻ വീണ്ടും കേട്ടു.

"എനക്കെ തെരിയാമേ കാതലിച്ചിട്ടെൻ വിച്ചു.. യേമാത്ത കൂടാത് വിച്ചു.."

അവൻ വീണ്ടും ഫോൺ നോക്കി, അവളുടെ മുഖം... വിഡിയോയിൽ ശബ്ദം ഇല്ലെങ്കിലും അവനു അത് ഇപ്പോൾ കേൾക്കാം. ഫോണിന്റെ വെളിച്ചം മങ്ങി.. ഇരുൾ തിങ്ങി. ഒരു ശൂന്യത ആകെ പരന്നു.

൭

കണ്ണ് തുറന്ന വിഷ്ണു ആരോ പ്രവർത്തിപ്പിക്കുന്ന യന്ത്രം പോലെ ഫോൺ എടുത്ത് മേശപ്പുറത്ത് വച്ചു. അപ്പോഴും ആ വീഡിയോയിൽ കെഞ്ചുന്ന രാഗിണിയുടെ മുഖമായിരുന്നു. കുറച്ച് നേരം അത് തന്നെ നോക്കി നിന്ന വിഷ്ണു ബെഡിൽ നിന്ന് ബെഡ്ഷീറ്റ് വലിച്ചു എടുത്തു. സ്റ്റൂൾ എടുത്ത് വച്ചു... അവൻ ഫാനിൽ കെട്ടിയ പുതപ്പ് ഒന്ന് കൂടി വലിച്ച് നോക്കി, കെട്ട് ബലമുള്ളതാണെന്നു ഉറപ്പിച്ചു. പുതപ്പിന്റെ അറ്റത്തെ കുടുക്കിൽ തല ഇട്ടു ഒന്ന് ശ്വാസം എടുത്തു. അവൻ ഒന്ന് കൂടി ഫോണിലേക്കു നോക്കി.. കെഞ്ചുന്ന രാഗിണിയുടെ മുഖം. കാൽ കൊണ്ട് സ്റ്റൂൾ തട്ടിയതും കഴുത്തിൽ ബെഡ്ഷീറ്റ് മുറുകി. കഴുത്തിൽ പിടിക്കാൻ കൈ കൊണ്ട് വന്നെങ്കിലും അവനു പിടിക്കാൻ പറ്റിയില്ല. കൈകളും കാലുകളും വലിഞ്ഞു മുറുകി. കൈകൾ നിവർത്തി അവൻ പിടക്കാൻ തുടങ്ങി. ശ്വാസം മുട്ടുന്നതിനൊപ്പം കഴുത്ത് വലിഞ്ഞു.. ശബ്ദിക്കാനോ എന്തെങ്കിലും കാണാനോ കഴിയുന്നില്ല ഒപ്പം ഫാൻ അത് നാട്ടിയിരിക്കുന്ന കമ്പിയിൽ ഉരയുന്ന ശബ്ദങ്ങളും ഉയർന്നു. വായുവിൽ പിടയാൻ മാത്രമേ കഴിയുന്നുള്ളു, കൈ വിരലുകളും കാൽ വിരലുകളും ബലത്തിൽ പിടിച്ചു പിടഞ്ഞു. മങ്ങിയ കാഴ്ച ഇരുട്ടിൽ വന്നു വീണു. പിരിയാൻ മടിച്ച് ജീവൻ അതിൽ പിടഞ്ഞു പിന്നെ അതിലെ വന്ന ചെറു കാറ്റിൽ അലിഞ്ഞു.

൭

കഥകളിൽ ഇങ്ങനെ സംഭവിച്ചാലും ഇവിടെ അങ്ങനെ സംഭവിക്കുന്നില്ല. കുറെ നേരം കണ്ണടച്ച് കിടന്ന വിഷ്ണു എഴുന്നേറ്റു, അവൻ വേഗം വസ്ത്രങ്ങൾ ഇട്ടു പുറത്തേക്ക് പോയി. തിരിച്ചു വരുമ്പോൾ കൈയിൽ മദ്യ കുപ്പി ഉണ്ടായിരുന്നു. അവൻ വണ്ടിയുടെ താക്കോൽ അശ്രദ്ധമായി മേശയിലേക്ക് എറിഞ്ഞു, വേഗം ഗ്ലാസ് എടുത്തു അതിൽ മദ്യം ഒഴിച്ചു, കുടിച്ചു.. വീണ്ടും ഒഴിച്ചു, കുടിച്ചു.. വീണ്ടും കുടിച്ചു. അവൻ ആ മേശയിൽ തല താങ്ങി ഇരുന്നു.

അവൻ ഒരു കൈയിൽ തല താങ്ങി ഫോൺ എടുത്തു ആ വീഡിയോ ഒന്ന് കൂടി നോക്കി. അവൾ കരയുന്നു കെഞ്ചുന്നു. മദ്യത്തിന് ആ ഓർമ്മകളുടെ വേലിയേറ്റത്തെ തടയാനായില്ല. മലമുകളിലെ അമ്പലത്തിൽ നിന്ന് ദൂരെയായി, അകലെ പട്ടണം മുഴുവൻ കാണാൻ പറ്റുന്ന പാറകൾ ഓർമ്മയിൽ ഉയർന്നു വന്നു. പാറകൾക്ക് ഇടയിൽ പതഞ്ഞു പൊങ്ങിയ കാമവെറിയിൽ അവളെ കെട്ടി പിടിച്ചതും അവന്റെ ഓർമ്മയിൽ നല്ല വ്യക്തമായി കാണാം. മറ്റാർക്ക് മുൻപിലും തുറന്നു കാണിക്കാത്ത ആർദ്രമായ മനസുള്ള, സ്നേഹിക്കാൻ കൊതിക്കുന്ന, സ്നേഹിക്കപ്പെടാൻ കൊതിക്കുന്ന രാഗിണിയെ അവനു മാത്രമേ അവൾ കാണിച്ചു കൊടുത്തിട്ടുള്ളു. അപ്പോൾ അവിടെ വന്ന ആ കൂട്ടം- വിഷ്ണുവിനേക്കാൾ പ്രായം കൂടിയതും കുറഞ്ഞതുമായ ആളുകളുടെ ആ കൂട്ടം. വിഷ്ണു പല തവണ മനസ്സിൽ അവരെ എല്ലാവരെയും കുത്തിയും ഇടിച്ചും കൊന്നിട്ടുണ്ട്, തനിക്കേറ്റ നാണക്കേടിന്റെ നിസ്സഹായതയുടെ വേദനയുടെ എല്ലാം പ്രതികാരമായി. അവർ എല്ലാവരും തന്നെ അവിടെ അടുത്ത് തന്നെ താമസിക്കുന്നവർ ആയിരുന്നിരിക്കണം, അവിടെ കൂട്ടമായി അലയുന്ന മൃഗങ്ങൾ ആയിരിക്കണം. വിച്ചുവിന് കുറെ തല്ലുകിട്ടിയപ്പോൾ, വിച്ചുവിന്റെ ശരീരവും ജീവനും

രക്ഷിക്കാനാണ് അവൾ അന്ന് അങ്ങനെ നിന്ന് കൊടുത്തത്, അങ്ങനെ കെഞ്ചി കരഞ്ഞത്.

വിഷ്ണു ഫോണിലേക്ക് നോക്കി, അവൾ കരയുന്നതിനിടയിൽ, ഫോൺ കാമറ തിരിയുന്നതിനിടയിൽ മഞ്ഞ ഷർട്ട് ഇട്ട ഒരു രൂപം അവ്യക്തമായി കാണാം, പുറംതിരിഞ്ഞു നിൽക്കുന്ന ഒരാൾ. സത്യത്തിൽ അയാൾ, അയാളുടെ മുന്നിൽ നിൽക്കുന്ന ആളുടെ കാലു പിടിച്ച് കെഞ്ചുന്നത് അതിൽ കാണുകയോ കേൾക്കുകയോ ചെയ്യുന്നില്ല.

"ഭാഗ്യം അവരുടെ കൈയിൽ അന്ന് നല്ല ഫോൺ ഇല്ലാതിരുന്നത്." പെട്ടെന്ന് അവന്റെ ഉള്ളിലൂടെ അങ്ങനെ ഒരു ചിന്ത വന്നു പോയി, അതവനെ കൂടുതൽ കുറ്റബോധമുള്ളവനാക്കി.

അന്ന് തിരിച്ചു വരുമ്പോൾ ആ വണ്ടിയിൽ മൂകമായി അവൾ എന്താവും ആലോചിച്ചിട്ടുണ്ടാവുക? ചിലപ്പോൾ ആ നാണക്കേടിൽ ആയിരിക്കുമോ അവൾ ഇത് വരെ കല്ല്യാണം കഴിക്കാതെ ഇരുന്നത്? അവളുടെ ശരീരം അവൾക്ക് തന്നെ വെറുക്കപ്പെട്ടു കാണുമോ? അതാണോ പിന്നെ ഒരിക്കലും അവൾ തന്നെ തിരയാതിരുന്നത്. വിഷ്ണു വീണ്ടും ഒരു ഗ്ലാസ് ഒഴിച്ചു കുടിച്ചു, വീണ്ടും കുടിച്ചു, അവന്റെ മുഖം ചുവന്നു കണ്ണുകൾ നിയന്ത്രണം ഇല്ലാതെ നിറഞ്ഞൊഴുകി.

പെട്ടെന്ന് ആ ഫോൺ റിംഗ് ചെയ്തു അവൻ ആ കാൾ എടുത്തു.

"വിച്ചു, ഡ്രസ്സ് എടുക്കാൻ അമ്മായി കൂടെ വരുന്നു എന്ന് പറയുന്നു, നീ അമ്മയെ വിളിച്ചു ഒന്ന് പറയുമോ ശനിയാഴ്ച്ച വരൻ പറ്റില്ല ഞായറാഴ്ച്ച പോവാം എന്ന്"

"ഞാൻ തന്നെ വിളിച്ചു പറയുമായിരുന്നു, പക്ഷെ ഇപ്പോഴേ തന്നെ ഞാൻ കാര്യങ്ങൾ തീരുമാനിക്കുന്നു എന്ന് വേണ്ടല്ലോ എന്ന് വച്ച..."

".. ഓക്കേ ആണോടാ? ഹലോ.. നീ എന്താ ഒന്നും മിണ്ടാതെ?" അനഘ ചോദിച്ചു.

"അനു.. ഞാ.. ഞാൻ... കുടിച്ചിട്ടുണ്ട്.." വിഷ്ണു കഷ്ടപ്പെട്ട് പറഞ്ഞു.

"എടാ കള്ളാ.. ഞാൻ ഇല്ലാത്ത നേരം നോക്കി നീ ആഘോഷിക്കുവാണല്ലേ.."

"നീ ഒറ്റക്കാണോ? അല്ലേൽ അവന്മാർ ആരെങ്കിലും കൂടെ ഉണ്ടോ? ദേ വാള് വെച്ചാൽ കോരൻ ഞാൻ ഇല്ലാട്ടോ ഇന്ന്.." അനഘ ഒറ്റ ശ്വാസത്തിൽ കുറെ പറഞ്ഞു.

"ഇല്ല... ഞാൻ ഒറ്റക്കാണ്.. പിന്നെ വിളിക്കാം.." വിഷ്ണു പറഞ്ഞു

"ആഹ്.. ഇനി മൂന്ന് ആഴ്ച കൂടിയേ ഉള്ളു കേട്ടോ പിന്നെ എന്റെ സമ്മതം ഉണ്ടെങ്കിലേ വീട്ടിൽ കുപ്പി കയറ്റാൻ പറ്റു.. പിന്നെ അമ്മയെ വിളിക്കാൻ മറക്കണ്ട." അനഘ പറഞ്ഞു.

വിഷ്ണു ഫോൺ നോക്കികൊണ്ടിരുന്നു അവന്റെ കലങ്ങിയ കണ്ണിൽ നിന്ന് കണ്ണീർ ഒഴുകിക്കൊണ്ടിരുന്നു. കാൾ കട്ട് ആയി അതിൽ വിഷ്ണുവിന്റെയും അനഘയുടെയും വിവാഹ നിശ്ചയത്തിന്റെ ഒരു ചിത്രം തെളിഞ്ഞു. അവരുടെ പുഞ്ചിരിയുടെ സന്തോഷത്തിന്റെ ഒരു ചിത്രം. വിഷ്ണു അത് നോക്കി ഒരു ഗ്ലാസ് കൂടി കുടിച്ചു, ഫോണിൽ ആ ചിത്രം മങ്ങി പിന്നെ അണഞ്ഞു, വീണ്ടും എങ്ങും ശൂന്യം.

www.ingramcontent.com/pod-product-compliance
Lightning Source LLC
Chambersburg PA
CBHW021230130726
47988CB00002B/902